ஒற்றை வைக்கோல் புரட்சி
இயற்கை வேளாண்மை

எதிர்
வெளியீடு

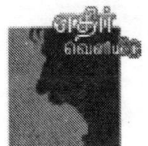

ஒற்றை வைக்கோல் புரட்சி
இயற்கை வேளாண்மை

மசானபு ஃபுகோகா

தமிழில் :
பூவுலகின் நண்பர்கள்

எதிர் வெளியீடு

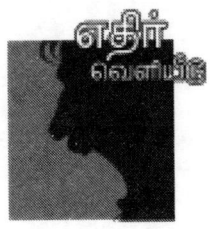

ஒற்றை வைக்கோல் புரட்சி

இயற்கை வேளாண்மை

மசானபு ஃபுகோகா

தமிழில்: பூவுலகின் நண்பர்கள்

முதல் பதிப்பு: ஜூன் 1991
22ஆம் பதிப்பு: ஜனவரி 2024

எதிர் வெளியீடு,
96, நியூ ஸ்கீம் ரோடு, பொள்ளாச்சி – 642002
தொலைபேசி: 04259 – 226012, 99425 11302

விலை: ரூ. 200

Otrai vaikol Puratchi - Iyarkkai Velanmai
The one straw Revolution
Masanobu Fukuoka

First Edition: June 1991
22nd Edition: January 2024

Published by
Ethir Veliyeedu, 96, New Scheme Road, Pollachi - 642002
email: ethirveliyedu@gmail.com
www.ethirveliyeedu.com

ISBN: 978-93-84646-30-1
Cover Design: Santhosh Narayanan
Printed at Jothy Enterprises, Chennai.

All rights reserved. No part of this book may be reprinted or reproduced or utilised in any form or by any electronic, mechanical or other means, now known or hereafter invented, including photocopying and recording, or in any information storage or retrieval system, without permission in writing from the Publisher.

இந்நூல் வெளியிட அனைத்து வகையிலும் ஒத்துழைப்பும் அறிவுரையும் நல்கி உதவிய எங்கள் அன்பு முதல்வர் தோழர் செந்தில்குமார், நூலின் முந்தைய பதிப்புகளை வெளியிட்ட பூவுலகின் நண்பர்கள் ஆகியோருக்கு எங்கள் நன்றிகள்.

- எதிர் வெளியீடு

முகவுரை

இந்நூல் வேளாண்மையைப் பற்றி மட்டும் இருக்கும் என எதிர்பார்த்திருக்கும் வாசகர்களுக்கு, இது உணவுப் பழக்கங்கள், உடல் நலம், கலாச்சார மதிப்புகள், மனித அறிவின் எல்லை ஆகியவற்றைக் குறித்தும் இருப்பது வியப்புக்குரிய செய்தியாக இருக்கலாம். இதன் தத்துவம் குறித்துப் பேச்சுவாக்கில் கேள்விப்பட்டவர்களுக்கு, இது நெற்பயிர், மாரிக்காலப் பயிர், ஆரஞ்சு, காய்கறிகள் போன்றவற்றைப் பண்ணையில் எப்படி வளர்ப்பது என்பது குறித்த விரிவான விளக்கங்களைக் கொண்டிருப்பது வியப்பாக இருக்கலாம்.

மிகச் சரியாக இத்தகைய வழக்கமான எதிர்பார்ப்புகளுக்காகவே- ஏனெனில் புத்தக ஆசிரியர்கள் ஏதாவதொரு துறையில் நிபுணர்களாக இருப்பார்கள் என்றும், புத்தகங்கள் ஒரே ஒரு துறை குறித்து மட்டுமே பேசும் என்றும் எதிர்பார்க்க நாம் கற்றுக் கொண்டுவிட்ட காரணத்தால் - 'வைக்கோல் புரட்சி' நமக்குத் தேவைப்படுகிறது. இது ஒரே சமயத்தில் நடைமுறைக்கு ஏற்றதாகவும், தத்துவார்த்தப் பூர்வமாகவும் விளங்குவதால் இந்நூல் மிக மதிப்பு வாய்ந்தது. இது வேளாண்மை குறித்து ஈடுபாடு கொள்ள வைக்கின்ற மிகத் தேவையான ஒரு புத்தகம். ஏனெனில் இது வேளாண்மை பற்றி மட்டும் பேசும் புத்தகம் அல்ல.

வேளாண்மை பற்றி அறிந்தவர்களுக்கு ஃபுகோகாவின் முறைகளை அப்படியே இங்குள்ள நிலங்களுக்கு அமல்படுத்த முடியாது என்பது தெரிந்திருக்கும். ஆனால் அதனாலேயே இப்புத்தகத்தில் விளக்கப் பட்டுள்ள செயல்முறைகளால் நமக்கு ஒரு பயனும் கிடையாது என முடிவு கட்டுவது தவறாகும். அவை நமது கவனத்தை ஈர்க்கும் தகுதி படைத்தவை. ஏனெனில் நிலங்கள், தட்பவெப்பநிலை, மற்றும் பயிர்கள், புதிய ஈடுபாட்டுடன், தெளிவான பார்வையுடன், செம்மை யான நோக்குடன் அணுகப்படும்போது, அதனால் விளையும் பயன்கள் குறித்த அபாரமான முன்னுதாரணமாக அவை விளங்குகின்றன. அவை ஆர்வத்தைத் தூண்டுவதாகவும், எப்படிச் செய்ய வேண்டும் என்று ஆலோசனை வழங்குவதாகவும் இருப்பதால் தாக்கம்

ஏற்படுத்துவதாகவும் விளங்குகிறது. இதைப் படிக்கும் வாசகர்களின் எண்ணங்கள் புத்தகத்தின் பக்கங்களிலிருந்து தங்களது வயல் வரப்பு களுக்குத் தாவுவதையும், அதன் மூலம் நம்நாட்டின் வேளாண்மை முறைகள் குறித்துத் தொடர்பு ஏற்படுத்திப் பார்ப்பதையும் கட்டுப்படுத்த முடியாது.

நம் நாட்டில் உள்ள பலரைப் போன்றே ஃபுகோகாவும் வாழ்க்கையின் ஒரு பகுதியை இன்னொன்றிலிருந்து தனியாகப் பிரிக்க முடியாது என்பதைப் புரிந்திருந்தார். நாம் உணவுப் பயிர்களை வளர்க்கும் முறைகளை மாற்றும்போது நமது உணவை மாற்றுகிறோம்; நமது சமுதாயத்தை மாற்றுகிறோம்; நமது மதிப்புகளை மாற்றுகிறோம். ஆகவே இப்புத்தகம், உறவுகள் குறித்தும், காரணங்கள் மற்றும் விளைவுகள் குறித்தும் கவனம் செலுத்துகிறது. மேலும் ஒருவன் தானறிந்தவற்றுக்கு எப்படிப் பொறுப்பாளனாகிறான் என்பதையும் இப்புத்தகம் வலியுறுத்துகிறது.

தனது வாழ்க்கையை ஒரு சோதனைச் சாலை விஞ்ஞானியாகத் தொடங்கினாலும், வெகு விரைவிலேயே சோதனைச் சாலைகளின் எல்லைகளைக் கண்டு கொண்ட ஃபுகோகா கூறுகிறார், "அதைத் தொடர்ந்து என்னுடைய எண்ணங்களுக்கு ஒரு வடிவம் கொடுக்கத் தீர்மானித்தேன். நடைமுறையில் அதை செயல்படுத்தி, என் புரிதல் சரியா, தவறா என்பதை உறுதிப்படுத்த முனைந்தேன். வேளாண்மையில் என் வாழ்க்கையைக் கழிக்கக் குதித்தேன்........ இப்படித்தான் துவங்கியது." மேலும் அவர் தொடர்ந்து, "ஒரு நூறு விளக்கங்களைக் கொடுப்பதைவிட, அந்தத் தத்துவத்தை நடைமுறையில் கடைப்பிடிப்பது என்பது சிறந்த வழிதானே?" என்று வினவுகிற நிபுணர்கள் அவரது ஆலோசனைகளைக் கேட்டு, அவர் கூறியபடி நடக்கத் தீர்மானித்த போது, அவர் தனது நிபுணத்துவத்தை உடைத்தெறியத் துவங்கினார். அதனால் அவர் கூறுவதை முன் எப்போதையும் விட கவனமாக நாம் கேட்க வேண்டியிருந்தது. ஏனெனில் தமது அறிவோடு அனுபவத்தையும் சேர்த்து வைத்து அவர் ஆணித்தரமாகப் பேசுகிறார்.

"எதுவுமே செய்யத் தேவையற்ற" வேளாண்மை முறைகளைப் பற்றி ஃபுகோகா பேசுவதன் நோக்கம், உலகில் உள்ள பொருட்களின் இடையே நமது முறையான இடத்தை நாமறிந்து கொள்ள வேண்டும் என எச்சரிக்கத்தான். நாம் இந்த உலகையோ, நம்மையோ உருவாக்கவில்லை. நாம் வாழ்க்கையைப் பயன்படுத்தி உயிர்

வாழ்கிறோம்; உருவாக்கியல்ல. ஆனால் ஒரு பறவை எவ்வாறு அலைந்து திரியாது தனக்கு வேண்டிய உணவைக் கண்டுபிடிக்க முடியாதோ, அது போன்றே, ஒரு விவசாயியும் உழைப்பைச் செலவிடாமல் வேளாண்மை செய்ய இயலாது. இதை ஃபுகோகா தனக்கே உரிய நகைச்சுவையுடன் கூறுகிறார். "நான், எதுவுமே செய்யத் தேவையற்ற வேளாண்மை குறித்து பேசுவதால், படுக்கையில் இருந்துகூட எழாமல் வாழ்க்கையை நடத்தும், ஒரு மாய உலகத்தைக் காணலாம் என்று இங்கு பலரும் வருகின்றனர். அவர்களுக்கு ஒரு மாபெரும் ஆச்சரியம் காத்திருக்கிறது." இங்கு விவாதம் உழைப்பை எதிர்த்தல்ல; தேவையற்ற உழைப்பை எதிர்த்தே. மக்கள் பல சமயங்களில் தாங்கள் ஆசைப்படும் பொருட்களைப் பெறத் தேவைக்கதிகமான உழைப்பையும், தங்களுக்குத் தேவையற்ற பொருட்களைப் பெறச் சில வேலைகளையும் செய்து வருகின்றனர்.

"எதுவும் செய்யத் தேவையற்ற" வேளாண்மை எதைக் குறிக்கிறது? இதைச் செய்யாதிருந்தால் எப்படியிருக்கும்? அதைச் செய்யாமலிருந்தால் எப்படி இருக்கும் ? - இதுதான் என் சிந்தனைப்போக்கு, 'ஒரு செயலை எதற்காகச் செய்ய வேண்டும்' என்ற கேள்வியைக் கேட்காமலே செய்வதற்கு, இது எதிரானது.

அறிவியலை அல்லது அறிவியல் என்று பல நேரங்களில் கூறப்படும் செய்திகளைச் சந்தேகத்துடன் பார்க்கும் ஒரு அறிவியலறிஞர் ஃபுகோகா. அதனால் அவர் நடைமுறைக்கு ஒவ்வாதவர் என்றோ அறிவை எள்ளி நகையாடுபவர் என்றோ பொருளாகாது. அவரது சந்தேகம் அவர் அறிந்து வைத்துள்ள விஷயங்களில் இருந்தும், அதை அவர் நடைமுறைப்படுத்தும் முறைகளிலிருந்தும் உதித்துள்ளது. நிபுணத்துவம் என்ற பெயரில் அறிவுத்துறைகளைச் சிறுசிறு பிரிவுகளாகச் சிதறடிப்பதை அவர் எதிர்க்கிறார். அவரது ஆய்வுப்பொருளை ஃபுகோகா முழுமையின் ஒரு பகுதியாகப் பார்க்கவே விரும்புகிறார். முழுமை என்பது அவர் அறிந்தது, அறியாதது ஆகிய இரண்டும் அடங்கியதென்பதை அவர் ஒருபோதும் மறப்பதில்லை. நவீன பயன்பாட்டு அறிவியல் குறித்த அவரது பயம், தனக்குத் தெரிந்த விஷயங்களுக்குள்ளேயே அறிவியலைக் குறுக்கிவிடும் அதன் ஆர்வம், தனக்குத் தெரியாத விஷயங்கள் சுலபமாக ஒதுக்கித் தள்ளிவிடக்கூடியவை என்று கருதும் அதன் அடிப்படை ஆகியவற்றின் மீது அது அமைந்துள்ளது. ஃபுகோகா கூறுகிறார் : அறிவியல் புரிந்து வைத்துள்ள இயற்கை என்பது முழுமையாக நாசம் செய்யப்பட்ட இயற்கை; அது எலும்புக்

கூட்டுடன் உலாவும் ஒரு பிசாசு; அதற்கு ஆத்மா கிடையாது''.

முழுமையின் உணர்வை நமக்குக் கொடுப்பது அறிவு அல்ல, ஆனந்தம்தான் என்பது ஃபுகோகாவின் கருத்து. ''ஒன்றைத் தனதாக்கிக் கொள்ள முயற்சிப்பதன் மூலம் ஒருவன் ஆனந்தத்தையும், மகிழ்ச்சியையும் இழக்கிறான் என்பதைப் புரிந்து கொண்டு விட்டால் இயற்கை வேளாண்மையின் அடிப்படை புரிந்துவிடும்''.

மனிதர்கள் 'அதிக உற்பத்தி' அல்லது 'அதிக தர'த்துக்காக உழைக்காமல், மனிதகுல நன்மைக்காக உழைக்கும்போது அவர்கள் உழைப்பு சிறந்து விளங்குகிறது. ஆனால் தொழில் மயப்படுத்தப்பட்ட வேளாண்மையின் தாரக மந்திரமோ 'அதிக உற்பத்தி' யாக உள்ளது. ஃபுகோகா மேலும் சொல்வார்; ''வேளாண்மையின் இறுதி லட்சியம் பயிர்களை வளர்ப்பதல்ல; மனிதர்களை வளர்த்து முழுமை பெறச் செய்வதுதான்''. வேளாண்மையை ஒரு வாழ்க்கையின் முறையாகவே அவர் பார்க்கிறார். ஒரு சிறிய களத்தைக் கவனித்துக்கொண்டு, ஒவ்வொரு நாளின் சுதந்திரத்தையும் முழுமையாக தனதாக்கிக் கொண்டு, இருப்பதுதான் இங்கு வேளாண்மையின் ஆதிமுதல் வழியாக இருக்க வேண்டும். ஒரு மனிதனின் உடலையும், ஆன்மாவையும் முழுமையாக செழுமைப்படுத்தும் ஒரு வேளாண்மை இது. எண்சாண் உடம்புக்கு உணவு மட்டுமே முக்கியமல்ல!

வெண்டல் பெர்ரி

உள்ளடக்கம்

அறிமுகம் 13

பகுதி I

இந்த தானியக்கதிர்களைப் பாருங்கள்! 23
மனித இனம் எதையுமே அறிந்திருக்கவில்லை 25
கிராமப் பிரவேசம் 30
ஒன்றுமே செய்யாமல் ஒரு வேளாண்மை 33
இயற்கைக்குத் திரும்பு 36
ஏன் இயற்கை வேளாண்மை பரவவில்லை? 39
மனித இனத்திற்கு இயற்கையைத் தெரியாது 41

பகுதி II

இயற்கை வேளாண்மையின் நான்கு அடிப்படைகள் 45
களைகளின் ஊடே பயிர் 52
வைக்கோலுடன் பயிர் 54
நிலத்தில் நீர் தேக்காமல் நெற்பயிர் 59
பழ மரங்கள் 62
பழம் விளையும் பூமி 65
காட்டுச்செடிகள் போல காய்கறிகள் வளர்ப்பு 68
வேதியற் பொருட்களை விலக்கிட விதிகள் 73
அறிவியல் முறைகளின் எல்லை 77

பகுதி III

ஒரு விவசாயி பேசுகிறார் 80
ஒரு கடினமான பிரச்சனைக்கு எளிய தீர்வு 83
கடின உழைப்பின் அறுவடை 86
இயற்கை உணவின் விநியோகம் 90
வாணிபப் பயிர்கள் ஏமாற்றி விடும் 93
யாருடைய நன்மைக்காக ஆய்வுகள்? 96
மனிதனுக்கான உணவு என்பது எது? 99
பார்லியின் கருணைக் கொலை 103

இயற்கைக்கு உதவு, அனைவரும் நலமுடன் வாழலாம் — 107
இயற்கை வேளாண்மை செய்ய பல வழிமுறைகள் — 111

பகுதி IV

உணவு குறித்து குழப்பம் — 115
இயற்கை உணவுச் சக்கரம் — 118
உணவுக் கலாச்சாரம் — 119
உணவே வாழ்க்கையா? — 124
பலவித உணவுப் பழக்கங்கள் — 126
உணவும் வேளாண்மையும் — 130

பகுதி V

அறிவாளி வேடத்தில் முட்டாள்தனம் உலா வருகிறது — 131
யார் முட்டாள்? — 136
மழலைப் பள்ளிக்கு செல்வதற்காகவே நான் பிறந்தேன் — 139
அறிவியலின் மாயை — 143
சார்புக் கொள்கை — 148
போரும் அமைதியுமற்ற ஒரு கிராமம் — 150
ஒற்றை வைக்கோல் புரட்சி — 154

அறிமுகம்

ஜப்பானின் தென்பகுதியில் உள்ள ஷிகோகு தீவிலுள்ள ஒரு சிறு கிராமத்தில் மாசானபு ஃபுகோகா நடைமுறையில் பயன்படுத்திவரும் ஒரு இயற்கை வேளாண்மை முறை, நவீன வேளாண்மையின் வேகமான சீர்குலைவைத் திருத்தி அமைக்க உதவும். இயற்கை வேளாண்மைக்கு, எந்திரங்கள், வேதியியற் பொருட்கள் போன்றவை தேவையில்லை. களையெடுப்பும் சிறு அளவிலிருந்தால் போதுமானது. ஃபுகோகா, தனது நிலத்தை உழுவதோ, அதற்குத் தழையுரம் இடுவதோ கிடையாது. கீழ்த்திசை நாடுகளிலும், உலகின் இதர பகுதிகளிலும் ஆண்டாண்டு காலமாக விவசாயிகள் செய்து வருவது போன்று, வயலில் பயிரின் வளர்ச்சிக்காலம் முழுவதும், ஃபுகோகா நீரைத் தேக்கி வைப்பது கிடையாது. அவரது நிலம் உழப்பட்டு இருபத்தைந்து ஆண்டுகள் ஆகிவிட்டபோதிலும் இதர ஜப்பானிய உயர்தரப் பண்ணைகள் அளவுக்குச் சாகுபடி கிடைத்து வருகிறது. அவரது வேளாண்மை முறைக்கு மற்றவைகளைக் காட்டிலும் குறைவான உழைப்பே தேவைப்படுகிறது. அது மாசுபாடு எதையும் ஏற்படுத்துவதில்லை. புதைபடிவ எரிபொருள் எதுவும் அதற்குத் தேவையில்லை.

முதன்முதலில் ஃபுகோகா பற்றிய செய்திகளைக் கேள்விப்பட்ட போது, என்னால் நம்பமுடியவில்லை, உழப்படாத ஒரு வயல் வெளியில் விதைகளைத் தூவுவதன் மூலம், ஒவ்வொரு ஆண்டும் உயர் சாகுபடி நெல்லையும், இதர மாரிக்காலப் பயிர்களையும் வளர்ப்பது எப்படி சாத்தியம்? அதைவிட அதிகமான வேலைகளைச் செய்ய வேண்டுமல்லவா?

பல ஆண்டுகளாக நான் க்யோடவிற்கு வடக்கே உள்ள மலையிலுள்ள ஒரு பண்ணையில் எனது நண்பர்களுடன் சேர்ந்து வசித்து வந்தேன். நாங்கள் அங்கு ஜப்பானிய பாரம்பரிய வேளாண்மை முறைகளைப் பயன்படுத்தி நெல், ரை, பார்லி, சோயாபீன்ஸ் மற்றும் காய்கறிகளைப் பயிர் செய்து வந்தோம். எங்கள் பண்ணைக்கு வருபவர்கள் அடிக்கடி ஃபுகோகா பற்றிப் பேசுவார்கள்.

அவரது முறையை அறிந்து கொள்ளும் வகையில் நீண்ட நாட்களாக அவரது பண்ணையில் எவரும் தங்கியிருக்கவில்லை. ஆனால் அவர்களின் பேச்சு என் ஆர்வத்தைக் கிளறிவிட்டது.

எங்களது வேலையில் சிறிது தளர்வு ஏற்படும் போது நாட்டின் இதர பகுதிகளுக்குச் சென்று அங்குள்ள பண்ணைகளிலும் கூட்டுறவுகளிலும் பகுதி நேர வேலையாளாக எனது நேரத்தைச் செலவிடுவது என் வழக்கம். அப்படி ஒரு முறை ஃபுகோகாவின் பண்ணைக்கு, அந்த மனிதரின் வேலையை அறிந்து கொள்ளும் பொருட்டுச் சென்றிருந்தேன்.

அவர் எவ்வாறிருப்பார் என்று நான் எப்படி எதிர்பார்த்திருந்தேன் என்பது சரியாக நினைவில் இல்லை. ஆனால் இந்த மாபெரும் ஆசானைப் பற்றிக் கேள்விப்பட்டிருந்த எனக்கு அவர் சாதாரண ஜப்பானிய விவசாயின் உடையில் தோன்றியது வியப்பை அளித்தது. ஆனாலும் அவரது வெண்தாடிக் கொத்தும், விவேகமான, தன்னம்பிக்கை மிளிரும் அவரது தோற்றமும், ஒரு அசாதாரண மனிதனின் முன்னிலையைத் தோற்றுவித்தது.

நான் முதலில் அங்கு சென்ற போது ஃபுகோகாவின் பண்ணையில் சில மாதங்களை வயல்களிலும், ஆரஞ்சுத் தோட்டத்திலும் வேலை செய்து கழித்தேன். அங்கு மாலை வேளைகளில் மண் குடிசையில், இதர மாணவ விவசாயிகளோடு விவாதம் செய்த பிறகு ஃபுகோகாவின் முறை குறித்த விவரங்களும், அதன் அடிப்படையாய் அமைந்த தத்துவமும் சிறிது சிறிதாகப் புரியலாயிற்று.

ஃபுகோகாவின் பழத்தோட்டம் மாட்சுயாமா வளைகுடாவை நோக்கியுள்ள மலைப்பகுதியில் அமைந்துள்ளது. இந்த மலையில்தான் அவரது மாணவர்கள் வேலை செய்தும், வாழ்ந்தும் வருகின்றனர். பெரும்பாலோர் என்னைப் போன்றே முதுகில் மூட்டையுடனும், மனதில் ஏதோ எதிர்பார்ப்புடனும் வருகின்றனர். அவர்கள் சில நாட்கள் அல்லது சில வாரங்களுக்குப் பின் காணாமற் போய்விடுகின்றனர். ஆனால் பொதுவாக, நான்கு அல்லது ஐந்து பேர் அடங்கிய ஒரு குழு ஆண்டு முழுவதும் அங்கு இருக்கும். காலப்போக்கில் ஆண்களும், பெண்களுமாய்ப் பலர் அங்கு வந்து தங்கி வேலை செய்து சென்றுள்ளனர்.

நவீன வசதி எதுவும் அங்கு கிடையாது. சிற்றோடைகளிலிருந்து, குடிநீர் கொண்டு வரப்படுகின்றது. விறகு அடுப்புகளில் உணவு சமைக்கப்படுகின்றது. மெழுகுவர்த்திகள் மற்றும் மண்ணெண்ணெய்

விளக்குகளே வெளிச்சத்துக்காகப் பயன்படுத்தப்படுகின்றன. மலைகளில் மூலிகைகளும், காய்கறிகளும் அளவுக்கு மீறி கிடைக்கின்றன. அருகில் உள்ள நீரோடையில் மீன்கள் பிடிக்கப் படுகின்றன. சில மைல் தூரம் உள்ள உள்நாட்டுக்கடலில் இருந்து கடல் உணவுகள் பெறப்படுகின்றன.

பருவகாலத்தையும், தட்பவெப்ப நிலையையும் பொறுத்து வேலைகள் மாறும். வேலை நாட்கள் காலை எட்டு மணிக்குத் துவங்கும்; மதிய உணவுக்கு ஒரு மணிநேரம் (கோடையில் இரண்டு மூன்று மணிநேரம்) ஒதுக்கப்படும். அந்நேரத்தில் மாணவர்கள் தங்கள் குடிசைகளுக்குத் திரும்புவார்கள். வேளாண் வேலைகள் தவிர, நீர் கொண்டு வருதல், விறகு வெட்டுதல், சமைத்தல், ஆடுகளைப் பராமரித்தல், கோழிகளுக்குத் தீனியிட்டு முட்டைகளைச் சேகரித்தல், தேன் கூடுகளைப் பராமரித்தல், குடிசைகளைச் சீர்செய்தல், சமயங்களில் புதுக்குடில்களை நிர்மாணித்தல், சோயாபீன்ஸ் பசை, மற்றும் சோயா பீன்ஸ் தயிர் தயாரித்தல் போன்றவையும் அன்றாட வேலைகளில் அடங்கும்.

அனைவருடைய தேவைகளுக்குமாகச் சேர்த்து ஃபுகோகா ஒரு மாதத்துக்குச் சுமார் 10,000 யென்களை (சுமார் ரூ. 1000) ஒதுக்குகிறார். அதில் பெரும் பகுதி சோயா தாவர எண்ணெய், மற்றும் சிறிய அளவில் நடைமுறையில் செய்யமுடியாத சில அத்தியாவசியத் தேவைகளை நிறைவு செய்யச் செலவிடப்படுகிறது. இதரத் தேவைகளுக்கு மாணவர்கள் அவர்கள் வளர்க்கும் பயிர்களையும், அப்பகுதியின் வளங்களையும், தங்கள் சொந்த சாமர்த்தியத்தையுமே சார்ந்திருக்க வேண்டும். ஃபுகோகா, தான் பல ஆண்டுகளாக வாழ்ந்து வந்ததைப் போலவே, தமது மாணவர்களையும் வேண்டுமென்றே இத்தகைய 'பழங்கால' முறையில் வாழவைக்கிறார். ஏனெனில் இத்தகைய வாழ்க்கை முறை, அவரது இயற்கை முறையில் வேளாண்மை செய்யத் தேவையான உணர்வை அவர்களுக்கு அளிக்கும் என நம்புகிறார்.

ஃபுகோகா வாழ்ந்து வரும் ஷிகோகு பகுதியில், நெல் கடற்கரை சமவெளியிலும், ஆரஞ்சு சுற்றியுள்ள மலைப்பகுதியிலும் பயிரிடப் படுகின்றன. அவரது பண்ணை ஒன்றேகால் ஏக்கர் நெல் வயலும், பன்னிரண்டரை ஏக்கர் ஆரஞ்சுத் தோட்டமும் உள்ளடங்கியது.

ஃபுகோகா மாணவர்களுடன் வயலிலும், பழத்தோட்டத்திலும் வேலையில் ஈடுபடுவார். ஆனால் எந்த நேரத்தில் எங்கிருப்பார் என்று யாருக்கும் தெரியாது. மாணவர் எதிர்பாராத நேரத்தில் அங்கு

தோன்றும் கலையை அவர் அறிந்து வைத்திருந்தார். அவர் ஒரு சுறுசுறுப்பான மனிதர். எதைப் பற்றியாவது பேசிக் கொண்டே யிருப்பார். சில நேரங்களில் மாணவர்களைக் கூப்பிட்டு, அவர்கள் செய்யும் வேலைகளைக் குறித்து விவாதிப்பார். பல நேரங்களில் அந்த வேலையை எப்படி இன்னும் எளிதாகவும், வேகமாகவும் செய்து முடிக்கலாமென்று சுட்டிக்காட்டுவார். பிற நேரங்களில் களையின் உயிர்ச் சுழற்சிப்பற்றி, பழத்தோட்டத்திலுள்ள பூச்சிகள் பற்றிப் பேசுவார். அபூர்வமாக அவரது பண்ணை அனுபவங்கள் பற்றி நினைவு கூர்வார். அவரது முறைகளைப்பற்றி மட்டுமின்றி, வேளாண்மை குறித்த அடிப்படைத் திறமைகளையும் கற்றுக் கொடுப்பார். கருவிகளைப் பாதுகாப்பது எவ்வளவு முக்கியம் என்பதை வலியுறுத்துவார். அதன் பயன்களை விளக்கிக் காட்ட அவர் அலுத்துக் கொண்டதேயில்லை.

புதிதாய் வருபவர்கள் 'இயற்கை வேளாண்மை' என்பதற்கு, இயற்கையானது வேளாண்மையைக் கவனித்துக் கொள்ளும், நாம் சற்றுத் தள்ளி உட்கார்ந்து வேடிக்கை பார்க்கலாம் என்று பொருள் கொண்டால், ஃபுகோகா அவர்கள் அறிந்து கொள்ள வேண்டியதும் செய்ய வேண்டியதும் பெருமளவு உள்ளது என்பதைக் கற்றுக் கொடுப் பார். சரியாகக் கூற வேண்டுமானால், வேட்டையாடி சேகரித்த காலம் ஒன்றுதான் இயற்கை வேளாண்மைக் காலம். பயிர்களை வளர்க்கத் துவங்கியது கலாச்சாரக் கண்டுபிடிப்பாகும். அதனால் அதற்கு அறிவும் தொடர்ச்சியான முயற்சியும் தேவைப்படுகிறது. ஃபுகோகாவின் முறையில் உள்ள முக்கியமான வேறுபாடு என்னவென்றால், அது இயற்கையோடு ஒத்துழைப்பதில் இருக்கிறது. இயற்கையை ஆக்கிரமித்து அதை 'மேம்படுத்து'வதில் அல்ல.

பலர் ஃபுகோகாவின் பண்ணைக்கு அரை நாளிலேயே சுற்றிப் பார்த்துச் செல்ல வருகின்றனர். அவர் அவர்களுக்கும் பொறுமை யாகப் பண்ணையைச் சுற்றிக் காட்டுகிறார். பத்துப் பதினைந்து பேர் பின் தொடர ஃபுகோகா மலைச்சரிவுகளில் நடந்து கொண்டிருக்கும் காட்சி அடிக்கடி காணக்கூடியதாகும். முதலில் பல ஆண்டுகள் ஃபுகோகாவுக்கு கிராமத்துக்கு வெளியே தொடர்பே இல்லாதிருந்தது.

இளைஞனாக இருக்கும்போது ஃபுகோகா தனது கிராமத்தை விட்டு வெளியேறி யகோஹாமா நகரில் நுண்ணுயிரிகள் நிபுணராக வாழ்க்கையைத் துவக்கினார். தாவர நோய்கள் குறித்த நிபுணராக உருவான அவர் ஒரு சோதனைச்சாலையில் வேளாண்மைச் சோதனையாளராக, சில ஆண்டுகள் பணிபுரிந்தார். இருபது வயதை

அடைந்திருந்த அத்தருணத்தில் தான் அவருக்கு அவரது வாழ்க்கை யின் அடித்தளமாக அமைந்திட்ட கருத்து குறித்து ஒரு தெளிவு பிறந்தது. அவர் தனது பணியை உதறிவிட்டு, கிராமத்துக்குத் திரும்பி, தனது கருத்துக்கள் எவ்வளவு தூரம் சரியானவை என்பதைத் தனது நிலத்திலேயே ஆய்வு செய்ய முனைந்தார். அடிப்படைக் கருத்தானது, அவர் பலஆண்டுகளாக பயன்படுத்தப்படாமலும், உழப்படாம லும் இருந்த வயல்வெளியை ஒருநாள் தாண்டிச் செல்லும் போது தோன்றியது. அங்கு அவர் புற்கள் மற்றும் கோரைகளின் ஊடாக சில உறுதியான நெல் நாற்றுகள் வளர்ந்திருப்பதைக் கண்டார். அதிலி ருந்து அவர் நெல் வயல்களில் வெள்ளமென நீர்ப்பாய்ச்சுவதை நிறுத்தி னார். வசந்த காலத்தில் விதைப்பதை நிறுத்தி விட்டு இள வேனிற் காலத்தில் விதைத்தார் களைகளை, களைய உழுவதை விடுத்து, அதை நிரந்தரமாகத் தடுக்க, நெல் மற்றும் பார்லிபயிரின் மேல் வைக்கோலைப் போட்டு மூடினார். அவரது பயிரின் வளர்ச்சிக்குத் தேவைக்கேற்ற வகையில் சூழ்நிலைகள் மாறியபிறகு, தனது நிலத்தில் உள்ள பயிர் மற்றும் விலங்கினங்களோடு அவர் அதிகமாக குறுக்கிடுவதில்லை.

இந்தியாவைப் போலவே ஜப்பானிலும், பாரம்பரியமாக மாற்றுப் பயிர்முறை வழக்கத்திலிருந்து வருகிறது. பாரம்பரிய வேளாண்மை யின் பல சிறப்பியல்புகளை ஃபுகோகா அறிந்திருந்தாலும், அதில் தேவையற்ற உழைப்பு இருப்பதாகக் கருதினார்.

மாரிக்காலத்தில் ஃபுகோகா நெல்விதை, தீவனப் புல் மற்றும் மாரிக்காலப் பயிர் விதைகளை ஒரே நிலத்தில் விதைத்து, அவைகளை வைக்கோலால் மூடிவிடுகிறார். பார்லி அல்லது ரை மற்றும் தீவனப் புல் உடனே முளைக்கத் துவங்கும். நெல் வசந்தகாலம் வரை அப்படியே கிடக்கும்.

மாரிக்காலப்பயிர் வளர்ந்து வரும்போது, மலைப் பகுதி பழத்தோட்டங்களில் சுறுசுறுப்பாய் வேலை நடைபெறும். ஆரஞ்சு அறுவடை நவம்பர் மாத இடையில் துவங்கி ஏப்ரலில் முடியும்.

ரையும் பார்லியும் 'மே'யில் அறுவடை செய்யப்பட்டு, ஒரு வாரம் முதல் பத்து நாட்கள் வரை களத்தில் உலர வைக்கப்படும். பின் அவை போர் அடிக்கப்பட்டு, புடைக்கப்பட்டு, தானியங்கள் சேமிப்பிற்காக மூட்டை கட்டப்படும். வைக்கோல் வயல் முழுவதும் பரப்பப்படும். பருவகால ஜூன் மழையின் போது வயல்களில் நீர் சிறிது காலத்துக்கு தேக்கி வைக்கப்படும். இதனால் களைகள் தலைதூக்காமல்

இருக்கின்றன. முன்பு விதைத்த விதைகள் பூமிக்கு மேலே வருகின்றன. பின்னர் நீர் வற்றியதும், தீவனப்புல் நெற்பயிருக்குக் கீழாகப் படருகிறது. அதிலிருந்து அறுவடை வரையிலான இடைப்பட்ட காலம் வரை பாரம்பரிய விவசாயிக்குக் கடுமையான வேலையிருக்கும். ஆனால் ஃபுகோகாவின் வயல்களிலோ வரப்புகளைச் சமன்படுத்துவதும், வெளியேற்ற வாய்க்கால்களைப் பராமரிப்பதும் மட்டும்தான் வேலையே.

அக்டோபரில் நெல் அறுவடை செய்யப்படுகிறது. தானியம் உலரவைக்கப்பட்டு, போரடிக்கப்படுகிறது. பின் மீண்டும் இளவேனிலில் விதைத்தல் முடியும்போது, ஆரஞ்சுகள் பழுத்து பறிக்கத் தயாராயிருக்கும்.

ஃபுகோகா ஒரு கால் ஏக்கருக்கு 18 முதல் 22 மரக்கால் (1100 முதல் 1300 பவுண்ட்) நெல் அறுவடை செய்கிறார். இது இப்பகுதியில் பாரம்பரிய வேளாண்மை முறை மூலமோ, வேதியல் வேளாண்மை முறை மூலமோ அறுவடை செய்யும் அளவுக்கு ஏறக்குறைய சமமாகும். ஆனால் மாரிக்கால பயிரின் அறுவடை மற்றவற்றைவிட அதிகமாகும்.

இந்த மூன்று முறைகளுமே (இயற்கை, பாரம்பரிய, வேதியல் முறைகள்) ஏறக்குறைய ஒரே அளவான அறுவடையைக் கொடுத்தாலும், மண்ணில் அவை ஏற்படுத்தும் தாக்கம் வெகுவாக வேறுபடுகிறது. ஃபுகோகாவின் வயலில் உள்ள நிலத்தின் தரம் பருவத்துக்குப் பருவம் அதிகரிக்கிறது. அவர் உழுவதை நிறுத்தியதைத் தொடர்ந்து, இந்த இருபத்தைந்து ஆண்டுகளில் நிலத்தின் வளம், அமைப்பு மற்றும் நீரைத் தக்க வைத்துக் கொள்ளும் தன்மை வெகுவாக உயர்ந்துள்ளது. பாரம்பரிய முறையில் நிலத்தின் நிலை அப்படியே உள்ளது. அதில் விவசாயி தான் போடும் தழையுரத்துக்கு ஏற்ற வகையில் அறுவடையைப் பெறுகிறான். வேதியல் விவசாயியின் நிலம் தரத்தை இழந்து, உயிரற்றதாகி, இயற்கையான வளத்தை சிறிது காலத்திலேயே இழந்துவிடுகிறது.

வளரும் பருவம் முழுவதும் வயலில் நீர் தேக்க வேண்டிய அவசியம் இல்லாதது ஃபுகோகாவின் முறையில் உள்ள ஒரு மாபெரும் வசதியாகும். இது சாத்தியம் என மிகச்சிலரே சிந்தித்துள்ளனர். இது சாத்தியம்தான், இந்த முறையில் நெல் சிறப்பாக விளைகிறது என்கிறார் ஃபுகோகா. அவரது நெற்பயிர்கள் வலுவான தண்டுகளையும், ஆழமான வேர்களையும் உடையனவாகத் திகழ்கின்றன. அவரது

நெற்பயிரில் தலைக்கு 250 முதல் 300 தானியமணிகள் வரை விளைகின்றன.

வைக்கோலைப் பரப்புவதால் மண்ணின் நீரைத் தக்க வைக்கும் தன்மை அதிகரிக்கிறது. பல இடங்களில் இயற்கை வேளாண்மை நீர்ப்பாசனத்தின் தேவையையே நீக்கிவிட்டது. நெல் மற்றும் இதர உயர் சாகுபடிப் பயிர்கள் முன்பு நினைத்துப் பார்க்க முடியாத இடங்களில் கூடப் பயிரிடப்படுவது இதனால் சாத்தியமாகி உள்ளது. செங்குத்தான நிலங்களில் கூட மண் அரிப்பு பயமின்றி சாகுபடி செய்யலாம். இயற்கை வேளாண்மை மூலம் பொறுப்பற்ற வேளாண்மை முறையினாலோ, வேதியல் பொருட்களின் உபயோகத்தாலோ சீரழிந்து போயிருக்கும் நிலங்களை மீண்டும் சீர் செய்து விடமுடியும்.

ஃபுகோகாவின் வயல் வெளியிலும், பழத்தோட்டத்திலும் இப்போது பூச்சித் தொல்லைகளும் தாவர நோய்களும் இருந்தாலும், பயிர்கள் ஒருபோதும் நாசமாக்கப்படுதில்லை. மிகவும் பலமற்ற தாவரங்கள்தான் அதனால் பாதிக்கப்படுகின்றன. பயிர்களை ஆரோக்கியமான சுற்றுச் சூழலில் வளர்ப்பதே மிகச் சிறப்பான நோய் மற்றும் பூச்சிக்கட்டுப்பாடு முறையாகும் என்று ஃபுகோகா வலியுறுத்துகிறார்.

ஃபுகோகாவின் பழத்தோட்டத்தில் உள்ள பழமரங்கள் எளிதாய் அறுவடை செய்ய ஏற்றாற்போல் குட்டையாகக் கத்தரித்து வளர்க்கப்படுவதில்லை. அவர் அவற்றின் இயற்கையான போக்கில் வளர அனுமதிக்கிறார். மிகக்குறைவான மண் பராமரிப்புக்குப் பிறகு பழத் தோட்டச் சரிவுகளில் காய்கறிகளும் மூலிகைகளும் வளர்க்கப்படுகின்றன. வசந்தகாலத்தின் போது, பெரிய மழை வருவதற்குச் சற்று முன்பு, முட்டைக்கோஸ், சோயாபீன்ஸ், காரெட், முள்ளங்கி, கடுகு ஆகிய விதைகள் கலந்து பழமரங்களின் இடையேயுள்ள திறந்த வெளிகளில் இறைக்கப்படுகின்றன. இம்முறை அனைத்து இடங்களுக்கும் பொருந்தாது. ஜப்பானுக்கு இம்முறை பெரிதும் உகந்தது. ஏனெனில் வசந்தகாலம் முழுவதும் உறுதியாக மழை பெய்யும், ஃபுகோகாவின் நிலம் களிமண் நிலம். அதிலுள்ள மேல்மட்ட மண் மிகவும் வளமானது; நெகிழ்வானது; நீரைத் தக்கவைத்துக் கொள்ளக் கூடியது. இதற்கு பல ஆண்டுகளாகப் பழத்தோட்டத்தில் விளைந்த களைகள் மற்றும் தீவனப்புற்கள் மண்ணை மூடிப் பாதுகாத்து வந்ததே காரணம்.

காய்கறி நாற்றுகள் இளம்பருவம் வந்தடைந்ததும் களைகள் வெட்டப்பட வேண்டும். ஆனால் காய்கறிகள் தங்களை நிலைநிறுத்திக் கொண்டவுடன், இயற்கையாய் நிலத்தில் வளர்ந்து வருபவைகளோடு சேர்ந்து வளர விட்டுவிட வேண்டும். சில காய்கறிகள் பறிக்கப்படாமல் விடப்படுகின்றன. அவற்றின் விதைகள் நிலத்தில் விழுகின்றன. இரு தலைமுறைக்குப் பின்னர் அவை தங்களின் வலுவான சிறிது கசப்புச் சுவையுடைய மூதாதையரின் குணத்தைத் திரும்பப் பெற்றுவிடுகின்றன. பல காய்கறிகள் கவனிப் பாரற்று விட்டுவிடப்படுகின்றன. நான் ஃபுகோகாவின் பண்ணைக்கு வந்த புதிதில் ஒருநாள் பழத்தோட்டத்தின் ஒரு பகுதியில், உயரமான புற்களுக்கிடையே நடந்து வந்த போது காலில் எதுவோ இடித்தது. உற்றுப் பார்த்தபோது வெள்ளரிக்காய் ஒன்று கிடந்தது. அதைச் சுற்றி ஒரு சுரைக்கொடி படர்ந்திருந்தது.

பல வருடங்களாக ஃபுகோகா தனது முறைகளைப் பற்றிப் பத்திரிக்கைகளிலும் புத்தகங்களிலும் எழுதி வந்துள்ளார். வானொலி தொலைக்காட்சிகளில் பேட்டியும் அளித்துள்ளார். ஆனால் அவரது முறையை எவரும் பின்பற்றவில்லை. அச்சமயத்தில் ஜப்பானிய சமுதாயம் அதற்கு நேர் எதிரான திசையில் தீர்மானமாக விரைந்து கொண்டிருந்தது.

இரண்டாம் உலகப்போருக்குப் பின்னர், அமெரிக்கர்கள் ஜப்பானுக்கு வேதியல் வேளாண்மையை அறிமுகப்படுத்தினர். இதனால் பாரம்பரிய வேளாண்மையின் அளவிலேயே விவசாயியால் சாகுபடி செய்ய முடிந்தாலும், விவசாயியின் உழைப்பும், நேரமும் பாதியாகக் குறைந்தது. இது ஏதோ கனவு நனவாகியது போலத் தோன்றியதால், ஒரு தலைமுறைக்குள்ளாகவே, கிட்டத்தட்ட அனைவருமே வேதியல் வேளாண்மைக்கு மாறிவிட்டனர்.

பல நூற்றாண்டுகளாக ஜப்பானிய விவசாயிகள் மாற்றுப் பயிர்கள் மூலம், தழையுரங்கள் இடுவதன் மூலம், நிலத்தில் படர்ந்து அதை மூடிவிடும் செடிகளை வளர்ப்பது மூலம் நிலத்தில் கரிமச் சத்துக்கள் கலந்திருக்குமாறு பார்த்துக் கொண்டனர். இத்தகைய நடைமுறை கள், ஒதுக்கித் தள்ளப்பட்டு, வேகமாக செயல்படும் வேதியல் உரங்கள் உபயோகத்துக்கு வந்தவுடன், ஒரு தலைமுறைக்குள்ளாகவே மக்கிய தோட்ட மண் மறைந்துவிட்டது. மண்ணின் அமைப்பு சீரழிந்தது. பயிர்கள் பலமற்று, வேதியல் சத்துகளின் அடிமையாகி விட்டன. குறைக்கப்பட்ட மனித உழைப்பிற்குப் பதிலாக, புதிய முறை

மண்ணின் வள இருப்பைச் சுரண்டத் துவங்கிவிட்டது.

கடந்த நாற்பது வருடங்களாக ஃபுகோகா ஜப்பானிய நிலம் மற்றும், ஜப்பானிய சமுதாயத்தின் சீரழிவை சீற்றத்துடன் உற்று நோக்கி வருகிறார். ஜப்பானியர்கள் அமெரிக்கப் பொருளாதார, மற்றும் தொழில் வளர்ச்சி மாதிரியைக் கண்மூடித்தனமாகப் பின்பற்றி வருகின்றனர். விவசாயிகள் கிராமப்புறங்களிலிருந்து வளர்ந்து வரும் தொழில் மையங்களை நோக்கிப் படையெடுத்தனர். ஃபுகோகாவும், அவரது மூதாதையர்களும் 1400 வருடங்களுக்கும் மேலாக வாழ்ந்து வந்த கிராமம் இன்று விரிவடைந்து வரும் மாட்சுயா மாநகரின் புறநகர்ப் பகுதியின் விளம்பில் ஊசலாடிக் கொண்டிருக்கிறது. குப்பைகளையும் கூளங்களையும் தன்னோடு அழைத்துச் செல்கிற தேசிய நெடுஞ்சாலை இன்று ஃபுகோகாவின் வயல் வெளிகளின் ஊடாகச் செல்கிறது.

ஃபுகோகா தனது தத்துவத்தை எந்த ஒரு குறிப்பிட்ட மதத்துடனோ, அல்லது அமைப்புடனோ இணைத்துக் கொள்ள வில்லை என்றாலும், அவரது பயிற்றுவிப்பு முறைகளும், துறைச் சொற்களும், ஜென் மற்றும் தாவோ புத்தமதக் கருத்துக்களால் கவரப்பட்டன. ஃபுகோகா சில சமயங்களில் பைபிளிலிருந்தும், யூதத் தத்துவத்தில் இருந்தும், இறையியலிலிருந்தும் தான் கூறுவதை உறுதிப்படுத்த, அல்லது ஒரு விவாதத்தை ஏற்படுத்தக் கருத்துக்களை எடுத்துக் கையாளுவதுண்டு.

ஃபுகோகா இயற்கை வேளாண்மை, தனி மனிதனின் ஆன்ம நலனிலிருந்து உதிப்பதாகக் கருதுகிறார். நிலத்தைக் குணப்படுத்து வதும், ஆன்மாவைச் சுத்தப்படுத்துவதும் ஒரே செயல் என அவர் கருதுகிறார். இதையடையும் வழியாக ஒரு வாழ்க்கை முறையையும், ஒரு வேளாண்மை முறையையும் அவர் நம் முன் வைக்கிறார்.

தற்போதுள்ள சூழலில் ஃபுகோகா தன்னுடைய காலத்திற்குள் ளாகவே, தனது நடைமுறையில் தனது நோக்கத்தைக் காண்பார் என்று நம்புவது உண்மைக்குப் புறம்பானதாகும். முப்பது வருடம் கடந்த பின்னும் அவரது முறைகள் இன்னும் மெருகேறி வருகின்றன. ஆன்ம நலத்தை நிர்மாணிக்கும் தினசரி முயற்சியானது உலகின் நடைமுறை ரீதியான பயன்மிக்க மாற்றம் ஒன்றிற்கு இட்டுச் செல்லும் என்பதை நிரூபித்துக் காட்டுவதுதான் அவரது மாபெரும் பங்களிப்பாகும்.

இன்று வேதியல் வேளாண்மையின் நீண்ட கால ஆபத்துகள்

குறித்துப் பலர் பரவலாக உணர்ந்துள்ள நிலையானது, வேளாண்மை யின் மாற்று வழிகளில் புதிய ஆர்வத்தைத் தூண்டிவிட்டுள்ளது. ஜப்பானின் வேளாண்மைப் புரட்சியின் தன்னிகரற்ற பேச்சாளராக ஃபுகோகா இன்று உருவாகியுள்ளார். 1975ல் ஜப்பானில் One Straw Revolution எனும் இப்புத்தகம் வெளியானதைத் தொடர்ந்து ஜப்பானியரிடையே இயற்கை வேளாண்மை குறித்த ஆர்வம் வேகமாகப் பரவியுள்ளது.

ஃபுகோகாவுடன் பண்ணையில் வேலைசெய்து வந்த ஒன்றரை ஆண்டில், நான் பலமுறை க்யோடாவிலுள்ள எனது பண்ணைக்கு வந்து கொண்டிருந்தேன். அங்குள்ள ஒவ்வொருவரும் புதிய முறைகளைப் பயன்படுத்திப் பார்க்க மிக ஆர்வமாயிருந்தனர். அங்கு மெதுவாக மேலும், மேலும் நிலங்கள் இயற்கை வேளாண்மைக்கு மாற்றப்பட்டன.

பாரம்பரிய மாற்றுப் பயிர்களான நெல் மற்றும் ரை தவிர நாங்கள் கோதுமை, உருளைக்கிழங்கு, மக்காச்சோளம், மற்றும் சோயாபீன்ஸ் ஆகியவற்றையும் பயிர் செய்தோம். மெதுவாக முளைவிடும் மக்காச் சோளம் மற்றும் இதர பயிர்களை விதைக்க நாங்கள் மண்ணில் துளையிட்டு அதில் விதையிடும் பழக்கத்தை மேற்கொண்டோம். மக்காச் சோளத்தையும், சோயா பீன்ஸையும் இம்முறையில் சேர்த்து விதைத்தோம், அல்லது களிமண் உருண்டையில் விதையை மூடிப் பரவலாகத் தெளித்தோம். பின்னர் தீவனப்பயிர் மற்றும் களைகளை வெட்டித்தள்ளி வைக்கோலுடன் சேர்த்து வயல்களில் பரப்பினோம். தீவனப் பயிர்கள் மீண்டும் முளைத்து விடும் என்றாலும், சோயாபீன்ஸும், மக்காச்சோளமும் வளர்ந்து தங்களை நிலைநிறுத்திக் கொண்ட பின்தான் அவை வளரும்.

ஃபுகோகா சில ஆலோசனைகளை வழங்கி எங்களுக்கு உதவி புரிந்தார் என்றாலும், நாங்கள் உள்ளூர்ச் சூழலுக்கு ஏற்பப் பல பயிர்களில் சோதனை முறையில் தப்பும் தவறுமாகப் பயிர் செய்து நாளடைவில் எங்களைத் திருத்திக் கொண்டோம். இயற்கை வேளாண்மை முறைக்கு மாறுவதற்கு எங்களுக்கும், எங்கள் நிலங்களுக்கும் ஒரு சில ஆண்டுகளுக்கும் மேலாகும் என்பதை முதலிலேயே நாங்கள் தெரிந்து வைத்திருந்தோம். இந்த மாற்றம் இன்றும் தொடர்ந்து நடந்து கொண்டிருக்கிறது.

லாரி கோர்ன்

பகுதி

I

இந்த தானியக் கதிரைப் பாருங்கள்!

இந்த ஒற்றைக் கொத்துக் கதிரிலிருந்து ஒரு புரட்சி வெடிக்குமென நான் நம்புகிறேன். மேலெழுந்த வாரியாகப் பார்த்தால், இக்கதிர் முக்கியமற்றும், வலிமையற்றும் தெரியலாம். இது ஒரு பெரிய புரட்சியைத் தூண்டிவிடும் என்று எவரும் நம்பமாட்டார்கள். ஆனால் இக்கதிரின் பலத்தையும், கனத்தையும் நான் உணர்ந்து கொண்டேன். என்னைப் பொறுத்தவரை இப்புரட்சி உண்மையில் நடக்கக் கூடியது.

இந்த பார்லி மற்றும் ரை வயல்வெளியைப் பாருங்கள். சூலுற்ற இக்கதிர்கள் கால் ஏக்கருக்கு 22 மரக்கால் (1300 பவுண்டு) தானியங்களைத் தருகிறது. இது ஜப்பானின் உயர்தர அறுவடைக்குச் சமம். ஆனால் இந்த பூமி இருபத்தைந்து வருடமாக உழப்படவே யில்லை.

மாரிக்காலத்தின் போது நெற்பயிர், அறுவடை செய்யப்படா திருக்கும்போதே, நான் வெவ்வேறு பகுதிகளில் ரை, மற்றும் பார்லி விதைகளைத் தூவி விடுவேன். சில வாரங்களுக்குப் பின் நெல்லை அறுவடை செய்து விட்டு, வைக்கோலை நிலத்தின் மீது போட்டு பரப்பி விடுவேன்.

நெற்பயிருக்கும் இதே போலத்தான். மாரிக்காலப்பயிர் மே-20 வாக்கில் அறுவடை செய்யப்படும். அதற்கு இரு வாரங்களுக்கு முன்னர், நான் நெல் விதைகளை பார்லி, மற்றும் ரை பயிரின் ஊடே தெளித்து விடுவேன். மாரிக்காலப் பயிர்கள் அறுவடை செய்யப்பட்டு, அவைகள் போரடிக்கப்பட்ட பின், நான் அவற்றின் வைக்கோலை வயல் மீது பரப்பிவிடுவேன்.

மாரிக்காலப் பயிரையும், நெல்லையும் ஒரே முறையில் பயிரிடும் முறையானது, இத்தகைய வேளாண்மைக்கே உரித்தான தனித்துவ மாகும். அதற்கு ஒரு எளிய வழி உள்ளது. அடுத்த வயலுக்குப் போகும்

போது அதை நான் காட்டுகிறேன். அங்கு வளர்ந்து நிற்கும் நெற்பயிர் மாரிக்காலத்தின் போது, மாரிக்காலப் பயிரின் கூடவே விதைக்கப் பட்டதாகும். அதில் ஒரு ஆண்டிற்கான அனைத்து விதைப்புகளும் புத்தாண்டின் போதே முடிந்துவிட்டன.

இந்த வயலில் தீவனப்பயிர்களும் களைகளும் வளர்ந்திருப்பதை நீங்கள் கவனித்திருக்கக் கூடும். தீவனப் பயிர் விதைகள் அக்டோபர் முதல் வாரத்தில், ரை மற்றும் பார்லி விதைப்பதற்குச் சற்று முன்பாக, நெற்பயிரினூடே விதைக்கப்படும். களைகள் பற்றி நான் கவலைப் படுவதில்லை. அவை தாமே சரியாகிவிடும்.

அக்டோபர் துவக்கத்தில், தீவனப் பயிர் நெல்லின் ஊடாக விதைக்கப்படும். அதே மாத நடுவில் மாரிக்காலப்பயிர்கள் விதைக்கப் படும். நவம்பர் துவக்கத்தில் நெல் அறுவடை செய்யப்படும். உடனே மறு ஆண்டுக்கான நெல் விதைகள் விதைக்கப்படும். வயல் முழுவதும் வைக்கோல் பரப்பப்படும். உங்கள் முன்னாலிருக்கும் ரையும், பார்லியும் இப்படிப் பயிர் செய்யப்பட்டவையே.

இம்முறையில் ஒரு கால் ஏக்கர் வயலில் நெல் மற்றும் மாரிக்காலப் பயிர் வளர்ப்பின் அனைத்து வேலைகளையும் ஒரு சில நாட்களில் செய்து முடிக்க ஓரிருவர் போதும். தானியங்களைப் பயிர் செய்ய இதைவிட எளிய முறை இருப்பதாய்த் தெரியவில்லை.

இம்முறை நவீன வேளாண்மை முறையோடு ஒட்டுமொத்தமாக முரண்படுகிறது. இம்முறை அறிவியல் அறிவையும், பாரம்பரிய வேளாண்மை அறிவையும் ஒருசேரத் தூக்கி சன்னல் வழியே வெளியே எறிகிறது. எந்திரங்களை உபயோகப்படுத்தாத, வேதியல் உரங்களையும், பிற வேதியல் பொருட்களையும் பயன்படுத்தாத இத்தகைய வேளாண்மை முறையின் மூலம் இதர ஜப்பானிய முறைப் பண்ணைகளில் விளைவதற்கு ஈடாகவோ அல்லது அதிகமாகவோ விளைவிக்க முடிகிறது. இதன் நிரூபணம் உங்கள் கண்முன் கதிருடன் சாய்ந்து ஆடிக்கொண்டிருக்கிறது.

மனித இனம் எதையுமே அறிந்திருக்கவில்லை

பல ஆண்டுகளுக்கு முன்பு நான் ஏன் இவ்வேளாண்மையை ஆரம்பித்தேன் என்று அண்மையில் பலரும் என்னை கேட்டுக் கொண்டிருக்கின்றனர். இதுவரை இது குறித்து நான் எவருடனும் விவாதித்ததில்லை. அதை எவ்வாறு விளக்குவது என்று புரிய வில்லை. சுருக்கமாகக் கூறினால் அது ஒரு அதிர்ச்சி; ஒரு மின்னல்; ஒரு சிறிய அனுபவம். அதில் இருந்துதான் எல்லாமே துவங்குகிறது.

அது என் வாழ்க்கைப் பாதையையே மாற்றிவிட்டது. அதைக் குறித்து பேச எதுவுமில்லை. அதை இப்படி வேண்டுமானால் குறிப்பிடலாம். "மனித இனம் எதையுமே அறிந்திருக்கவில்லை. எதற்கும் உள்ளார்ந்த மதிப்பு என்பதே கிடையாது. அனைத்து செயல்களும் வீணான, அர்த்தமற்ற முயற்சிகளே". இது பகுத்தறிவிற்கு ஒவ்வாத விஷயமாக இருக்கலாம். ஆனால் வார்த்தைகளில் எனது எண்ணங்களை வடிப்பதென்றால் அதை இவ்வாறுதான் விவரிக்க இயலும்.

இந்தச் "சிந்தனை" நான் இளைஞனாக இருக்கும்போது திடீரென்று என் மூளைக்குள் நுழைந்தது. அனைத்து மனித புரிதல்களும், முயற்சிகளும் பயனற்றவை என்ற இந்தப் பார்வை, செல்லுபடியாகக் கூடியதா இல்லையா என்பது எனக்குத் தெரியாது. ஆனால் நான் இத்தகைய எண்ணங்களை அலசி ஆராய்ந்து, அவற்றை அடித்து நொறுக்க முற்பட்ட போது, என் மனத்திலிருந்து, அதற்கு ஆதரவு கிடைக்கவில்லை. இது என்னுள் கொழுந்துவிட்டு எரிகிறது என்ற நம்பிக்கை மட்டும் உறுதியாக இருந்தது.

பொதுவாக மனித அறிவாற்றலை மிஞ்சிய அற்புதமான விஷயமே உலகில் கிடையாது என்றும், மனிதர்கள் மட்டும்தான் சிறப்பு வாய்ந்த உயிர்கள் என்றும், கலாச்சாரத்திலும் வரலாற்றிலும் பிரதிபலிக்கும் அவனது படைப்புகளும், உருவாக்கங்களும் அதி உன்னதமானவை என்றும் எண்ணப்படுகிறது. அதுதான் சாதாரணமாக காணப்படும் நம்பிக்கை. போகட்டும்!

எனது சிந்தனை ஓட்டங்கள் இதை மறுதலிப்பதாக இருந்ததால், என் கருத்துகளை எவருடனும் பகிர்ந்துகொள்ள இயலவில்லை. பின்னர் நான் என் சிந்தனைக்கு ஒரு வடிவம் கொடுக்க தீர்மானித்தேன். அதை நடைமுறைப்படுத்தி, நான் புரிந்து கொண்டது சரியா, தவறா என்பதைக் கண்டுகொள்ள உறுதி பூண்டேன். வேளாண்மையில் என் வாழ்க்கையை ஈடுபடுத்தி அதைத் துவங்கினேன்.

என் வாழ்க்கையை மாற்றிய அந்த அனுபவம்தான் எது?

நாற்பது ஆண்டுகளுக்கு முன்பு, எனக்கு இருபத்தைந்து வயதாக இருக்கும்போது, நான் யகோஹாமா கஸ்டம்ஸ் பீரோவிலுள்ள தாவர ஆய்வுப் பிரிவில் வேலை செய்து வந்தேன். அங்கு வரும் தாவரங்களில் நோயைப் பரப்பும் பூச்சிகள் இருக்கின்றனவா என்று ஆய்வு செய்வது தான் என் முக்கிய வேலையாகும். எனக்கு அதிர்ஷ்டவசமாக நிறைய ஓய்வு நேரம் கிடைத்து வந்தது. அதை நான் ஆய்வுக்கூடத்தில் செலவு செய்து வந்தேன். தாவர நோயியல் என்னும் சிறப்புப் பிரிவில் நான் பல ஆய்வுகளை மேற்கொண்டேன். அதற்கு அருகே ஒரு பூங்கா, ஒரு கத்தோலிக்க தேவாலயம், ஒரு பெண்கள் பள்ளி ஆகியவை இருந்தன. பொதுவாக அப்பகுதி அமைதியாக விளங்குமாதலால், ஆய்வுக்கு ஏற்ற இடமாக விளங்கியது.

ஆய்வுக்கூட நோயியல் ஆய்வாளர் ஈஷி குருசோவா (Eiichi Kurosawa) இவரிடம் மாணவனாக நான் இருந்தது அதிர்ஷ்டம் தான். வெளியுலகில் அவ்வளவாக அறியப்படாத மனிதராக அவர் விளங்கினாலும், நெற்பயிரில் 'பக்கானே' என்ற நோயை உருவாக்கும் நுண்ணுயிர்களை தனியாகப் பிரித்து ஆய்வுக்கூடத்தில் அவர் உருவாக்கினார். அவர்தான் முதன்முதலாக தாவர வளர்ச்சி ஹார்மோனைத் தனியாகப் பிரித்தார். இந்த ஹார்மோனைச் சிறிய அளவில் இளம் நெற்பயிருக்கு கொடுத்தால், அது மிகவும் உயரமாக வளரும். அதிகமாகக் கொடுத்தால், குட்டையாக வளரும். ஜப்பானில் எவரும் இதை கவனத்தில் எடுத்துக் கொள்ளாவிட்டாலும், வெளிநாடுகளில் இதில் தீவிர ஆய்வுகள் மேற்கொள்ளப்பட்டன. அமெரிக்கா இதைப் பயன்படுத்தி, விதைகளற்ற திராட்சை இனத்தை உருவாக்கியது.

என் தந்தைக்கு ஈடாக நான் மதிக்கும் குருசோவா ஆசானின் உதவியுடன், ஒரு நுண்ணோக்கியை உருவாக்கி அதில் ஆரஞ்சு மரத்தின் பட்டைகள், கிளைகள் மற்றும் பழங்களைத் தாக்கும் பூச்சி களைப் பற்றிய ஆராய்ச்சியில் மூழ்கினேன். இரவு பகல் பாராது அதில் ஈடுபட்டு, பலமுறை ஆய்வுக்கூடத்திலேயே மயங்கி விழுந்திருக்

கிறேன்.

அச்சமயத்தில் பல முறை வெளியே வந்து அத்துறைமுக நகரத்தில் சுற்றிக்கொண்டிருப்பதும் உண்டு. அப்படிச் சுற்றும்போது ஒருமுறை ஒரு நிகழ்ச்சி நடைபெற்றது. புகைப்படக் கருவியுடன் திரிந்த நான், ஒரு அழகிய பெண்ணைக் கண்டேன். புகைப்படம் எடுத்துக் கொள்ள நான் அனுமதி கேட்க, அவரும் சம்மதித்ததால் பல கோணங்களில் புகைப்படம் எடுத்து விட்டு, பிரதியை எங்கு அனுப்ப வேண்டும் என்று கேட்க, அவரும் ஓஃபுனா (Ofuna) விற்கு அனுப்பக் கூறிவிட்டு, பெயரைக் கூறாமல் சென்றுவிட்டார்.

புகைப்படத்தைக் கழுவியதும் என் நண்பனிடம் காட்டி, அப்பெண் யாரென்று தெரியுமா என்று கேட்டேன். அவனுக்கு ஒரு நிமிடம் பேச்சே வரவில்லை. இவர்தான் பிரபலமான சினிமா நட்சத்திரம் மிகோ தகாமின் (Mieko Takamine) என்று கூறினான். நான் உடனே பெரிதுபடுத்தப்பட்ட 10 பிரதிகளை அவருக்கு அனுப்பினேன். அவர் கையெழுத்திட்டு 9 பிரதிகளை திருப்பி அனுப்பி விட்டார். ஒன்று மட்டும் திரும்பி வரவில்லை. பின்னர் சிந்தித்த போது, அப்புகைப்படத்தில் அவர் முகத்தில் இருந்த சுருக்கங்கள் தெரிந்தது நினைவிற்கு வந்தது. பெண்ணின் மனநிலையைக் குறித்து சிறிது அறிந்துவிட்டதாக நான் குதூகலித்தேன்.

சாதாரணமாக மோசமாக உடையணியும் நான் அங்குள்ள ஒரு நடன அரங்கிற்கு அடிக்கடி செல்வேன். ஒரு முறை பிரபல பாடகியான நோரிகோ அவாயாவை (Noriko Awayai) பார்த்ததும், உடன் ஆட வருமாறு அழைத்தேன். அந்த அனுபவத்தை என்னால் மறக்க இயலாது. ஏனெனில் அவரது இடுப்பைச் சுற்றி என்கரங்களைச் சுற்றி வளைக்கமுடியாத அளவிற்கு அவர் பருத்திருந்தார்.

எப்படியோ நான் சுறுசுறுப்பான, அதிர்ஷ்டக்கார இளைஞனாக என் நாட்களை செலவிட்டு வந்தேன். நுண்ணோக்கியில் தெரிந்த நுண்ணிய உலகிற்கும், பிரம்மாண்டமான அண்டவெளிக்கும் உள்ள ஒற்றுமைகள் என்னைப் பரவசப்படுத்தின. மாலை வேளைகளில் ஊர் சுற்றினேன். இந்த நோக்கமற்ற வாழ்க்கையும், அளவிற்கு மீறிய வேலையும்தான் நான் ஆய்வுக்கூடத்தில் மயங்கிவிழக் காரணமாக அமைந்தது என நம்புகிறேன். இதன் விளைவாக எனக்கு கடுமையான குளிர்காய்ச்சல் வந்து காவலர் மருத்துவமனையில் சேர்க்கப்பட்டேன்.

அது குளிர்காலம். மருத்துவமனையில் உடைந்த சன்னலின் வழியே

குளிர்காற்றும், பனியும் உள்ளே வீசின. அது தனியறையாக இருந்ததால், எவரும் வந்து தொந்தரவு செய்வதில்லை. தனிமை என்னை வாட்டியது. இறப்பை நேருக்கு நேர் சந்திக்க நேருமோ என்ற பயம் என்னை ஆட்டிப் படைத்தது. இப்பொழுது அது அர்த்தமற்ற பயமாகத் தெரிந்தாலும், அச்சமயத்தில் நான் அதை தீவிரமாகவே எடுத்துக் கொண்டேன்.

நான் மருத்துவமனையில் இருந்து தேறி வந்துவிட்டாலும், மனவாட்டம் என்னைவிட்டு அகலவில்லை. எதில் நம்பிக்கை வைப்பது? இரவில் தூங்காது வெளியில் அலைந்து திரிந்தேன்.

அப்படி ஒரு நாள் வெளியே உலாவும்போது, ஒரு மலைப்பகுதி அருகே, நடக்க முடியாமல் அப்படியே சாய்ந்துவிட்டேன். உறக்கமும் இல்லாமல் விழிப்பும் இல்லாத நிலையில் விடியும் வரை அப்படியே கிடந்தேன். அந்த நாள் இன்னும் நினைவில் இருக்கிறது. அது மே மாதம் 15 ஆம் நாள் அதிகாலை. சூரியன் உதித்தது தெரிந்தும் தெரியாமலும் இருந்தது. திடீரென்று வீசிய காற்றில் காலைப்பனி அப்படியே மறைந்தது. அச்சமயத்தில் ஒரு இரவு நாரை திடீரென்று தோன்றி, ஒரு தீனக் கூச்சலிட்டு வேகமாகப் பறந்து மறைந்தது. அதன் படபடத்த இறைக்கை ஒலியை என்னால் கேட்க முடிந்தது. அக்கணத்தில் என் அனைத்து சந்தேகங்களும், குழப்ப மேகங்களும் சட்டென அகன்றன. நான் சாதாரணமாக சார்ந்திருந்த அனைத்தும் அக்காற்றோடு அடித்துச் செல்லப்பட்டு விட்டன. நான் ஒன்றே ஒன்றை மட்டும் புரிந்து கொண்டு விட்டதாக உணர்ந்தேன். அதைப்பற்றி சிந்தனை செய்யாமலேயே, வார்த்தைகள் என் உதடுகளில் இருந்து உதிர்ந்தன. "இந்த உலகில் எதுவுமேயில்லை ....", ஒன்றுமேயில்லை என்பதை நான் புரிந்து கொண்டதை உணர்ந்து கொண்டேன்.

நான் அதுவரை பிடித்துத் தொங்கிக் கொண்டு இருந்த கருத்தாக்கங்கள் அனைத்தும், ஏன் என் இருத்தலே வெற்றுக் குடுவையாய் காட்சியளித்தது. என் ஆத்மா தெளிவாகவும் இலகுவாகவும் மாறியது. நான் ஆனந்தக் கூத்தாடினேன். பறவைகளின் கூச்சலும், அலைகளின் ஆர்ப்பரிப்பும், பொன்னிற உதய சூரியனின் பின்னணியில் என் செவி களை வந்தடைந்தன. இலைகள் பசுமை நடனம் ஆடி மினுமினுத்தன. இதுதான் பூலோக சொர்க்கம் என நான் உணர்ந்தேன். என்னைப் பற்றிக் கொண்டிருந்த அனைத்து துன்பங்களும் கனவென, மாயமென ஓடி மறைந்தன. "உண்மை இயல்பு" வெளிப்பட்டு நின்றது.

அந்தக் காலை நேர அனுபவத்திற்குப் பின்னர் வாழ்க்கையே மாறிவிட்டது என்று தைரியமாகக் கூறலாம்.

அம்மாற்றம் தவிர்த்து, மற்றபடி நான் சாதாரண முட்டாள் தனமானவனாகவே இருந்து வந்தேன். அதில் இன்றுவரை எந்த மாற்றமும் இல்லை. என் தினசரி வாழ்க்கையில் எவ்வித அசாதாரண மான விஷயங்களும் கிடையாது. ஆனால் இந்த ஒரு விஷயம் மட்டும் மாறாமல் அப்படியே இருந்தது. கடந்த முப்பது, நாற்பது ஆண்டுகளாக நான் தவறிழைத்து விட்டேனோ என்று பலமுறை என்னையே கேட்டுக் கொண்டுள்ளேன். ஆனால் ஒருமுறை கூட அதற்கு சாதகமான பதில் வரவில்லை.

இதனால் எனக்கு சிறப்பான மதிப்பு எதுவும் வந்துவிட்டது என்று பொருளல்ல. நான் எப்பொழுதும் ஒரு எளிய மனிதனாகவே இருந்து வருகிறேன். ஒரு வயதான காகம் போல் மேம்போக்காக பார்க்கிறவர் களுக்கு நான் எளிமையானவனாகவோ முரட்டு ஆசாமியாகவோ காட்சியளிக்கலாம். நான் என் மாணவர்களிடம் திரும்பத்திரும்பக் கூறுவதெல்லாம் என்னை அப்படியே பின்பற்றாதீர்கள் என்பதுதான். என்னுடைய இந்த அறிவுரையை பின்பற்றாவிட்டால் எனக்கு அடக்க முடியாத கோபம் வரும். நான் அவர்களிடம் இயற்கையோடு எளியவாழ்வு வாழுங்கள்; அதை அன்றாட வாழ்வில் கடைபிடியுங்கள் என்று கூறுகிறேன். என்னிடம் சிறப்பாக எதுவும் இல்லை. ஆனால் நான் கண்டுகொண்டது மிகவும் முக்கியமானதாகும்.

கிராமப் பிரவேசம்

அந்த அனுபவத்திற்கு மறுநாள், அதாவது மே 16 அன்று நான் வேலைக்குச் சென்று, என் ராஜினாமாக் கடிதத்தை சமர்ப்பித்தேன். என் உயரதிகாரிகளும், நண்பர்களும் திகைத்தனர். நான் ஏன் இந்த முடிவை எடுத்தேன் என்று அவர்களுக்குப் புரியவில்லை. அவர்கள் ஒரு உணவகத்தில் பிரிவு உபச்சார விழா ஒன்றிற்கு ஏற்பாடு செய்தனர்.

அப்பொழுது நான், "நமக்கு இப்பக்கத்தில் கப்பல்துறை மேடை உள்ளது. அப்பக்கத்தில் பாலந்தாங்கி எண். 4 உள்ளது. இப்பக்கம் வாழ்க்கை உள்ளது என்று நீங்கள் எண்ணினால், அப்பக்கம் இறப்பு உள்ளது. இறப்பை நீங்கள் தவிர்க்க எண்ணினால், இப்பக்கம் வாழ்க்கை உள்ளது என்பதை மறக்க வேண்டும். இறப்பும், வாழ்க்கை யும் ஒன்றுதான்" என்று பேசினேன்.

இதைக் கூறியதும் ஒவ்வொருவரும், "இவன் என்ன இப்படி பேசுகிறான்? மனநிலை சரியில்லையா?" என்று நினைக்கத் துவங்கியிருக்கலாம்.

அச்சமயத்தில் என்னைப்பற்றி வெகுவாக கவலைப்பட்ட என் அறைத்தோழன், நல்ல ஓய்வு எடுக்குமாறு ஆலோசனை கூறினான். நான் உடனே கிளம்பிவிட்டேன். பேருந்தில் ஏறி கிராமப்புற வயல்களைப் பார்த்தவாறு வெகுதூரம் பயணம் செய்தேன். ஒரு நிறுத்தத்தில் "கற்பனை பூமி" (Utopia) என்ற போர்டு தொங்கியது. அங்கேயே இறங்கி அதைத் தேடி நடக்கத் துவங்கினேன்.

அங்குக் கடற்கரையில் இருந்த ஒரு சிறிய சத்திரத்தில் தங்கினேன். அங்கிருந்து பார்க்க ஒரு அழகிய காட்சி கண்ணுக்கு எதிரே விரிந்தது. நான் அங்கு எவ்வளவு நாட்கள் தங்கினேன் என்று சரியாக நினைவில் இல்லை. நான் மீண்டும் என் நினைவை அடையும்வரை தங்கினேன் என்று வைத்துக் கொள்ளலாம்.

பின்னர் டோக்கியோ சென்று சில நாட்கள் தங்கினேன். என்னைப்பற்றி கவலைப்பட்ட என் நண்பன் என்னைச் சந்தித்து "நீ ஒரு கனவு உலகில் வாழ்கிறாய்" என்று குற்றம் சாட்டினான். நான்

அவன் கனவுலகில் வாழ்வதாகக் கூறினேன். அவன் "போய் வருகிறேன்" என்று கூறி பிரிந்த போது, "பிரிவு என்பது பிரிவுதான்" என்று கூறினேன். என் நண்பன் அதுவரை இருந்த நம்பிக்கையையும் கைவிட்டு விட்டான்.

பின்னர் கியுஷீவை அடைந்து சுற்றிக்கொண்டிருந்தேன். சந்தித்த பலரிடம் எல்லாமே அர்த்தமற்றது மதிப்பற்றது என்று வாதம் புரிந்து கொண்டிருந்தேன்.

அது மிக அதிகமாக இருந்திருக்க வேண்டும்; அல்லது மிகக் குறைவாக இருந்திருக்க வேண்டும். அப்படியே செய்திகளை பரிமாறிக் கொள்ள முடியவில்லை. பயனற்றது என்கிற இந்த சித்தாந்தம் உலகின் நன்மைக்குப் பயன்படும் என்று நான் எண்ணிக் கொண்டிருந்தேன். அதிலும் குறிப்பாக அதற்கு நேர்எதிர் திசையில் வெகுவேகமாகப் போய்க்கொண்டிருந்த தற்கால உலகிற்கு அது மிகவும் பயன்படும் என்று கருதினேன். உண்மையில் இக்கருத்தை பரப்பவே நான் நாடு முழுவதும் சுற்றியலைந்தேன். விளைவு? நான் எங்கு சென்றாலும் விசித்திரமானவனாக கருதப்பட்டு அலட்சியம் செய்யப்பட்டேன். ஆகவே கிராமத்திலுள்ள என் தந்தையாரின் பண்ணைக்குத் திரும்பினேன்.

அப்பொழுது என் தந்தை கிச்சிலிப்பழத்தை சாகுபடி செய்திருந்தார். நான் மலைமீதுள்ள ஒரு சிறிய குடிசைக்குச் சென்று எளிமையான, புராதனமான வாழக்கையில் ஈடுபட்டேன். நான் இங்கு ஒரு விவசாயியாக வாழ்க்கையைத் தொடர்ந்தால் என் புரிதலை உலகிற்கு எடுத்துக் காட்டலாம்; உலகம் உண்மையைப் புரிந்து கொள்ளும் என்று கருதினேன். ஒரு நூறு விளக்கங்கள் அளிப்பதைக் காட்டிலும், இத்தத்துவத்தை நடைமுறையில் செயல்படுத்திக் காட்டுவது சிறந்த வழியல்லவா? என்னுடைய 'ஒன்றுமே செய்யத்தேவையற்ற' வேளாண்மை இக்கருத்தோடு உதித்தது. அது 1938ஆம் வருடம்.

என் தந்தை செழிப்பான பழத்தோட்டத்தை என் பொறுப்பில் விடும் வரை எல்லாம் ஒழுங்காய்த்தான் நடந்து வந்தது. அறுவடை செய்ய எளிதாயிருக்கும் வகையில் பழமரங்களை வெட்டி, குட்டையாக வளர்த்திருந்தார் என் தந்தை. நான் அதை அப்படியே விட்டு விட, கிளைகள் ஒன்றோடு ஒன்று முறுக்கிக் கொண்டன. பூச்சிகள் மரத்தை தாக்கின. மொத்த மரங்களுமே சிறிது காலத்திற்குள் காணாமல் போய்விட்டன.

பயிர்கள் தானாக வளரவேண்டுமே தவிர நாமாக அதை வளர்க்கக்கூடாது என்பது என் உறுதியான எண்ணம். இயற்கையான வழிக்கே எல்லாவற்றையும் விட்டுவிட வேண்டும் என்பது என் நம்பிக்கை. ஆனால் திடீரென்று இந்த எண்ணத்தை ஒட்டு மொத்தமாக நடைமுறைப்படுத்தினால் விளைவு நன்றாக இராது. அதற்கு பெயர் இயற்கை வேளாண்மை அல்ல; கைகழுவி விடுவது.

என் தந்தை அதிர்ச்சி அடைந்தார். நான் என்னை திருத்திக் கொள்ள வேண்டும் என்றும், வேறு எங்காவது வேலை செய்துவிட்டு பின்னர் இங்கு வருவது நலம் என்றும் கூறினார். அச்சமயத்தில் கிராமத்தலைவராக இருந்த என் தந்தைக்குப்புற உலகோடு ஒத்துச் செல்லாத ஒரு அசாதாரணமான மகன் தலைவலியாகத்தான் விளங்கினான். மேலும் போர் தீவிரமடைந்து கொண்டிருந்தது. நான் ராணுவப் பணியை வெறுத்தேன். அதனால் தந்தையார் விருப்பப்படியே ஒரு வேலையில் சேர தீர்மானித்தேன்.

அச்சமயத்தில் நிபுணர்கள் வெகுசிலரே இருந்தனர். கோஷி பெர்பெக்சர் ஆய்வரங்கம் என்னைக்குறித்து கேள்விப்பட்டு, நோய் மற்றும் பூச்சி கட்டுபாடுப் பிரிவின் தலைமை ஆய்வாளர் வேலை தர முன் வந்தது. நான் அதில் 8 ஆண்டு வேலை செய்தேன். அப்பொழுது முக்கியமாக போர்க்கால உணவு உற்பத்தி பற்றிய ஆய்வு நடைபெற்று வந்தது. உண்மையில் நான் அந்த எட்டு வருடங்களும் அறிவியல் வேளாண்மைக்கும், இயற்கை வேளாண்மைக்கும் இடையே உள்ள உறவு குறித்து ஆராய்ந்து வந்தேன். மனித அறிவாற்றலின் குழந்தையான வேதியல் வேளாண்மை மிகவும் உயர்ந்தது என்று அப்போது கருதப்பட்டு வந்தது. நவீன அறிவியலை எதிர்த்து நிற்கும் சக்தி இயற்கை வேளாண்மைக்கு இருக்குமா என்ற கேள்வியே எப்பொழுதும் என் மண்டையைக் குடைந்து கொண்டு இருந்தது.

போர் முடிந்ததும், புதிய சுதந்திர சுகந்தம் வீசியதை உணர்ந்தேன். ஒரு வகை நிம்மதியுடன் மீண்டும் வேளாண்மையில் குதித்திட என் கிராமத்திற்குத் திரும்பினேன்.

ஒன்றுமே செய்யாமல் ஒரு வேளாண்மை

நான் முப்பது ஆண்டுகளாக என் பண்ணையிலேயே வாழ்ந்து விட்டேன். என் கிராமத்திற்கு வெளியே எந்த தொடர்பும் இன்றி இருந்துவிட்டேன். இத்தனை ஆண்டுகளும் நான் 'எதுவுமே செய்யத் தேவையற்ற' வேளாண்மையை நோக்கி ஒரு நீண்ட நேர்கோட்டில் நகர்ந்து கொண்டிருந்தேன்.

எந்தவொரு புது முறையையும் உருவாக்கும் வழக்கமான வழி முறை, 'இதைச் செய்து பார்த்தால் என்ன?' 'அதைச் செய்து பார்த்தால் என்ன?' என்று பல்வேறு வழிமுறைகளை முயற்சி செய்து பார்ப்ப தாகும். இது நவீன வேளாண்மையின் வழிமுறையாகும். இதன் விளை வாக விவசாயிக்கு மேலும் மேலும் வேலை வந்து கொண்டே இருந்தது.

என் வழிமுறை நேர் எதிரானது. நான் ஒரு மகிழ்ச்சியான, இயற்கை யான வேளாண்மை முறையை கண்டுபிடிக்கவும், அதன் மூலம் வேலைப்பளு குறையவும் குறியாயிருந்தேன். "இதைச் செய்யாமல் இருந்தால் என்ன?" அல்லது "அதைச் செய்யாமல் இருந்தால் என்ன?" என்றே என் சிந்தனை சென்றது. நான் கடைசியாக ஒரு முடிவுக்கு வந்து விட்டேன். உழத் தேவை இல்லை; செயற்கை உரங்கள் போடத் தேவையில்லை; தழையுரம் போடத் தேவை யில்லை; பூச்சிக்கொல்லிகள் தெளிக்கத் தேவையில்லை. இப்பொழுது நடைமுறையில் இருக்கும் பல வேளாண்மை செயல் முறைகள் தேவையற்றவையே.

மனிதனின் செயல்நுட்பம் இன்னும் நிலத்திற்கு தேவைப் படுவதற்குக் காரணம் என்னவென்றால், முன்பு அதே செயல் நுட்பத்தினால் இயற்கையின் சமச்சீர்மை மிகவும் மோசமாகப் பாதிக்கப்பட்டு, நிலங்கள் அவற்றின் அடிமையாகிவிட்டிருந்ததுதான்.

இத்தகைய பகுப்பாய்வு வேளாண்மைக்கு மட்டுமல்ல, மனித சமுதாயத்தின் பிற விஷயங்களுக்கும் பொருந்தும். மக்கள் ஒரு சுகாதாரமற்ற சுற்றுச் சூழலை உருவாக்கும் போது, அங்கு மருத்துவர்

களும், மருந்தும் இன்றியமையாததாகிவிடுகிறது. பள்ளிப்படிப்பிற்கு உள்ளார்ந்த மதிப்பு எதுவும் கிடையாது. ஆனால் உலகத்தோடு ஒட்டி வாழ ஒருவன் 'படித்திருக்க' வேண்டும் என்ற நிபந்தனையை மனித இனம் விதிக்கும் போது, அது தேவையானதாகிவிடுகிறது.

போர் முடிவடையுமுன்பு, என் தோட்டத்தில் இருந்த ஆரஞ்சு மரங்களை அப்படியே விட்டு, அவை பூச்சிதொல்லையினால் மடிந்ததில் இருந்து, "எது இயற்கையான வழி முறை?" என்ற கேள்வி என் மனதில் இருந்துகொண்டேயிருந்தது. அதற்கு பதில் தேடும் முயற்சியில் மேலும் 400 மரங்கள் பலியாயின. "இதுதான் இயற்கையான வழிமுறை" என்று உறுதியாகக் கூறும் நிலையை நான் கடைசியாக அடைந்தேன்.

மரங்கள் தங்களின் இயற்கையான வடிவத்தில் இருந்து விலகிஇருக்கும் வரை, வெட்டி விடுவதும், பூச்சிகளை அழிப்பதும் தேவையானதுதான். மனித சமுதாயம் இயற்கையில் இருந்து வாழ்க்கையைப் பிரித்து வைத்து இருக்கும் வரை பள்ளிப்படிப்பு தேவை தான். இயற்கையைப் பொறுத்தவரை பள்ளிப்படிப்பு நியதிக்கு இடமே கிடையாது.

குழந்தை வளர்ப்பிலும் பல பெற்றோர்கள், நான் முதலில் பழத்தோட்டத்தில் செய்த தவறையே செய்கின்றனர். எடுத்துக் காட்டாக, குழந்தைகளுக்கு இசையைக் கற்றுக்கொடுப்பது. மரங்களை வெட்டி விடுவது போன்றே தேவையற்றது. குழந்தைகளின் காதிற்கு இசையைக் கிரகிக்கும் ஆற்றல் உண்டு. ஒரு நீரோடையின் சலசலப்பு, நதிக்கரையில் அமர்ந்திருக்கும் தவளையின் ஒலி, காட்டில் இலைகளின் உரசல் ஒலி போன்ற இயற்கை ஒலிகளே இசை. உண்மை யான இசை. அமைதியைக் குலைக்கும் பல வேறுபட்ட ஒலிகள் குழந்தையின் தெளிவான காதுகளில் நுழையும்போது, இசையைப் பாராட்டும் பண்பு தேய்ந்துவிடுகிறது. அது அப்படியே தொடரும் பட்சத்தில், ஒரு பறவையின் அழைப்பை, காற்றின் கீதத்தை பாடலாக கேட்கும் திறனை குழந்தைகள் இழந்து விடுகின்றன.

தூய தெளிவான செவியுடன் வளர்க்கப்பட்ட ஒரு குழந்தையால், ஒரு பிரபலமான பாடலை வயலினிலோ, பியானாவிலோ வாசிக்க முடியாமல் போகலாம். ஆனால் அதற்கும் அக்குழந்தை ஒரு உண்மை யான இசையை ரசிக்கவோ, பாடவோ முடிவதற்கும் தொடர்பு இருப்பதாக நான் நினைக்கவில்லை. இதயம் முழுவதும் பாடலாய் நிறைந்திருக்கும் போது, அக்குழந்தை இசைதேவதையாய்

போற்றப்படுகிறது.

கிட்டதட்ட அனைவருமே 'இயற்கை' நல்ல விஷயம் என்றுதான் எண்ணுகிறார்கள். ஆனால் வெகு சிலருக்குத் தான் இயற்கைக்கும் செயற்கைக்கும் உள்ள வேறுபாடு புலப்படுகிறது.

ஒரு பழமரத்திலுள்ள ஒரு புதிய மொட்டு கத்திரியால் வெட்டிவிடப்படுமானால், அது ஒரு ஒழுங்கீனத்தை உருவாக்கும். அதை சீர் செய்யவே முடியாது. இயற்கையாக மரங்கள் வளரும் போது, கிளைகள் ஒரு ஒழுங்கோடு இந்தப்பக்கம் ஒன்று, அந்தப் பக்கம் ஒன்று என்று வளர்கின்றன. அதனால் இலைகளுக்கு ஒரே மாதிரியான சூரிய ஒளி கிடைக்கிறது. அது சீர்குலைக்கப்படும் போது, கிளைகள் தாறுமாறாக வளர்ந்து ஒன்றோடொன்று முறுக்கிக் கொள்கின்றன. சூரிய ஒளி பெற முடியாத இலைகள் உதிர்ந்துவிடுகின்றன. பூச்சித் தொல்லை துவங்குகிறது. அடுத்த வருடம் கிளைகள் வெட்டிவிடப் படாவிட்டால், மேலும் சில கிளைகள் மறைந்துவிடும்.

எதிலாவது புகுந்து கெடுக்கும் குணமுடைய மனித இனம் ஒரு தவறைச் செய்து, அதை சீராக்காமல் விட்டு விடுவதை வழக்கமாகக் கொண்டுள்ளது. பாதிப்பான விளைவுகள் ஒன்றாய்ச்சேரும்போது, வரிந்து கட்டிக்கொண்டு அதைச் சரியசெய்ய முனைவதும் அதற்கு வழக்கமே. சரி செய்யும் முறைகள் வெற்றியளித்துவிட்டால், அது பெருமையுடன் தன் முதுகில் தட்டிக்கொடுத்துக் கொள்வதும் உண்டு. மக்கள் இதை மீண்டும் மீண்டும் செய்து வருகிறார்கள். இது எப்படி இருக்கிறது என்றால், ஒருவன் தன் வீட்டுக் கூரையை உடைத்து நொறுக்கிவிட்டு, மழைவரும்போது அது ஒழுகத் துவங்கியவுடன், அவசர அவசரமாக மேலேறி அதை சரிசெய்துவிட்டு, ஒரு மாபெரும் தீர்வை தான் கண்டுவிட்டதாக குதூகலிப்பதற்கு இணையாக உள்ளது.

விஞ்ஞானிகள் கதையும் இதுதான். அவன் இரவு பகலாக கண்களைக் கெடுத்துக் கொண்டு புத்தகங்களில் மூழ்கியிருப்பான். கடைசியில் கிட்டப்பார்வையும் வந்துவிடும். இதுவரை அவன் என்ன ஆராய்ச்சி செய்து கொண்டிருந்தான் என்று உங்களுக்கு ஆச்சரியமாக இருக்கும். கடைசியில் பார்த்தால் கிட்டப்பார்வைக்கு மூக்கு கண்ணாடி கண்டுபிடிக்கும் ஆராய்ச்சிதான்!

இயற்கைக்குத் திரும்பு

என் கதிர் அரிவாளின் நீண்ட கைப்பிடியில் சாய்ந்து கொண்டு, பழத்தோட்டங்களையும், மலைகளையும், கீழே தெரியும் கிராமத்தையும் நோக்குகிறேன். மாறி வரும் பருவ காலங்களைவிட வேகமாக எப்படி மக்களின் தத்துவங்கள் சுழல்கின்றன என்ற ஆச்சரியம் என்னை வியக்க வைக்கிறது.

பலருக்கு விநோதமாகப்படும் நான் கடந்துவந்த இந்த இயற்கை வேளாண்மைப் பாதை, முதலில் அறிவியலின் முறையற்ற வளர்ச்சிக்கும் முன்னேற்றத்திற்கும் எதிரான ஒரு வெளிப்பாடு என்று கூறப்பட்டது. ஆனால் நான் கிராமத்தில் இருந்து கொண்டு வேளாண்மை செய்வது ஏன் என்றால், மனித இனம் எதையுமே அறிந்திருக்கவில்லை என்று காட்டத்தான். உலகம் நேர் எதிர் திசையில் வேகமாகச் சென்று கொண்டிருப்பதால், நான் காலத்தால் பின்னடைந்துவிட்டதாக தோன்றக்கூடும். ஆனால் நான் சென்று கொண்டிருக்கும் பாதைதான் அறிவுப்பூர்வமானது என்பதை நான் உறுதியாக நம்புகிறேன்.

கடந்த சில ஆண்டுகளில், இயற்கை வேளாண்மையில் ஆர்வம் காட்டுபவர்களின் எண்ணிக்கை அதிகரித்துள்ளது. அறிவியல் வளர்ச்சியின் எல்லை உணரப்பட்டுவிட்டதையும் தவறான வழி நடத்தல்கள் புரிந்து கொள்ளப்பட்டு விட்டதையும் மறுபரிசீலனை செய்வதற்குக் காலம் கனிந்துவிட்டதையும் அது குறிப்பாகத் தெரிவிக்கிறது. பழமையானது, பிற்போக்கானது என்று கருதப்பட்ட விஷயமானது, இன்று திடீரென்று நவீன அறிவியலுக்கும் அப்பாற்பட்ட விஷயமாக நோக்கப்படுகிறது. இது முதலில் விநோதமாகத் தெரிந்தாலும், என்னைப் பொறுத்தவரை இதில் ஆச்சரியப்படத்தக்க விஷயம் எதுவும் இல்லை.

இது குறித்து க்யோடோ பல்கலைக்கழகப் பேராசிரியர் லினுமாவுடன் விவாதித்தேன். ஒரு ஆயிரம் வருடங்களுக்கு முன்பு ஜப்பானில் நிலங்கள் உழப்படவில்லை. 300-400 வருடங்களுக்கு முன்பு தான் தற்போதைய வேளாண்மை முறை அறிமுகமானது. ஆழ

உழும் முறை, மேற்கத்திய வேளாண்மையோடு வந்து சேர்ந்தது. வருங்காலப் பிரச்சனைகளால், அடுத்த தலைமுறை நிலத்தை பண்படுத்தும் முறையை விட்டு விலகிவிடும்.

உழப்படாத பூமியில் விதைப்பது புராதன வேளாண்மை என நோக்கப்பட்டாலும், இப்பொழுது இம்முறை நாடெங்கிலும் பல சோதனைச் சாலைகளிலும், வேளாண்மை ஆய்வு மையங்களிலும், மிக எளிதான, உபயோகமான, சமீபத்திய முறையாகக் காட்டப்படுகிறது. இம்முறை நவீன அறிவியலை மறுதலித்தாலும், நவீன வேளாண்மை வளர்ச்சியின் தலையாய விஷயமாக இது இன்று விளங்குகிறது.

நான் என்னுடைய முறைகளைப்பற்றி இருபது வருடங்களுக்கு முன்பாக, அறிவியல் நூல்களில் எழுதியுள்ளேன். பின்னர் தொடர்ந்து பல விஷயங்கள் அச்சாகியுள்ளன. வானொலி மற்றும் தொலைக் காட்சி மூலமாகவும் செய்திகள் பரப்பப்பட்டுள்ளன.

ஆனால் இப்பொழுது இது புதிய கதை. இயற்கை வேளாண்மை ஒரு புதிய நாகரீகமாகவே ஆகிவிட்டது. பத்திரிக்கையாளர்கள், பேராசிரியர்கள், தொழில்நுட்ப வல்லுனர்கள் ஆகியோர் என் பண்ணைக்கு கூட்டமாக படையெடுக்கத் துவங்கியுள்ளனர்.

ஒவ்வொருவரும் ஒவ்வொரு கண்ணோட்டத்தில் இதைப் பார்க் கின்றனர்; பின்னர் தங்களுக்குத் தோன்றினால்போல் புரிந்து கொள்கின் றனர்; பின் சென்று விடுகின்றனர். ஒருவர் இதைப் புராதனமாகவும், மற்றவர் பிற்போக்கானதாகவும், வேறொருவர் இதை வேளாண்மைச் சாதனையின் உச்சநிலையாகவும், நான்காமவர் வருங்காலத்தின் நுழைவாயிலாகவும் நோக்குகிறார். பொதுவாக மக்கள் இது வருங் காலத்தின் நுழைவாயிலாகவோ அல்லது பழங்காலத்திற்கான பின் கதவாகவோ பிரிக்கின்றனர். வெகு சிலரே இயற்கை வேளாண்மை, வேளாண்மை வளர்ச்சியின் மாறுபடா மத்தியில் இருந்து உதித்து வருவதைக் காண்கிறார்கள்.

இயற்கையில் இருந்து மக்கள் எவ்வளவு தூரம் விலகி இருக்கிறார்களோ, அவ்வளவு தூரம் அதன் மையத்தில் இருந்து சுழற்றி எறியப்படுகிறார்கள். அதே சமயம் குவிமைய விசையால் இயற்கைக் குத் திரும்பும் ஆசை அவர்களுக்கு வருகிறது. மக்கள் இதனால் கவரப் பட்டு, அவர்களின் சூழலுக்கு ஏற்ப, இடப்புறமோ வலப்புறமோ நகர்ந்தால், விளைவு மேலும் நடவடிக்கைகள்தான் கூடுகிறது. அமைதியாய் விளங்கும் துவக்கநிலை கவனிப்பாரற்று கடந்து செல்லப் படுகிறது. 'இயற்கைக்குத் திரும்பு' அல்லது 'மாசுபாட்டிற்கு எதிர்ப்பு'

ஆகிய நடவடிக்கைகள் கூட, அவை எவ்வளவுதான் சிறப்பாய் இருந்தாலும், அவை தற்கால பெருவளர்ச்சிக்கு எதிரான ஓர் தீர்வாக மட்டுமே இருக்கும் பட்சத்தில் அவை உண்மையான தீர்வு நோக்கி வழி நடத்தாது என்று நான் நம்புகிறேன்.

இயற்கை ஒருபோதும் மாறுவதில்லை. அதை நோக்கும் நமது பார்வை தான் காலத்திற்குக் காலம் மாறுபடுகிறது. காலம் எவ்வளவு தான் மாறினாலும், வேளாண்மையின் பாதுகாவலனாக இயற்கை வேளாண்மை விளங்கும்.

ஏன் இயற்கை வேளாண்மை பரவவில்லை?

கடந்த இருபது முப்பது ஆண்டுகளுக்கும் மேலாக இம்முறை பல்வேறுபட்ட தட்பவெப்ப நிலைகள் மற்றும் இயற்கைச் சூழ்நிலைகளில் பரிசோதிக்கப்பட்டுவிட்டது. ஜப்பானில் உள்ள அனைத்து அரசாங்க நிலையங்களுமே வழக்கமான முறையோடு, இந்த முறையை ஒப்பிட்டு ஆய்வுகள் நடத்திவிட்டன. இயற்கை வேளாண்மை உலகின் எப்பகுதிக்கு வேண்டுமானாலும் பொருந்தும் என்ற உண்மையோடு முரண்படும் சான்று எதையும் அவர்களால் கொணர முடியவில்லை.

நீங்கள் கேட்கலாம்; ஏன் இந்த உண்மை பரவவில்லை என்று, எனக்குத் தெரிந்த காரணங்களில் ஒன்று, உலகம் வேகமாக சிறப்புத் துறையறிவை நோக்கிப் போவதால், எதையுமே ஒரு முழுமையோடு பார்க்கமுடியாமல் போய்விட்டது தான். எடுத்துக்காட்டாக கோஷி பெர்பெக்சர் ஆய்வு மையத்தின் பூச்சிப் பாதுகாப்புப் பிரிவு நிபுணர் என் பண்ணைக்கு வருகை தந்து, நான் பூச்சிக் கொல்லிகளை பயன்படுத்தாமல் இருந்த போதும் என் பண்ணையில் எப்படி குறைவான இலைப்பூச்சிகளே உள்ளன என்று கேட்டார். அவர் என் பண்ணையை அலசிப்பார்த்தார். எண்ணற்ற முறை பல அபாயகரமான வேதியல் பொருட்களைத் தெளித்த பிறகு, அவரது மையத்தில் எவ்வளவு பூச்சிகள் உள்ளதோ, அதே அளவே என் பண்ணையில் இருப்பதற்குக் காரணம், பூச்சிக்கும் அதன் இயற்கை எதிரிக்கும் இடையே இருக்க வேண்டிய அளவு விகிதம், சிலந்தியின் பெருக்கம் இங்கு அதிகமாக இருப்பதைக் கண்டார்.

அப்பேராசிரியர், பூச்சிமருந்து தெளிக்கப்பட்ட வயல்களைவிட என் வயலில் சேதத்தை ஏற்படுத்தும் பூச்சிகள் குறைவாயிருக்கும் அதே நேரத்தில், அவற்றின் இயற்கை எதிரிப்பூச்சிகள் அதிகமாக இருப்பதைக் கண்டு வியப்படைந்தார். இயற்கையான ஒரு சமச்சீர்மை மூலம் பூச்சிகளின் கூட்டம் கட்டுப்படுத்தப்படுவது அவருக்கு புரிந்தது. இம்முறை பரவலாக பயன்படுத்தப்பட்டால் பூச்சிகளால் பயிர் நாசம் செய்யப்படுவது தடுக்கப்படும் என்று ஒத்துக்கொண்டார். பின்னர் காரில் ஏறி மையத்திற்குச் சென்றுவிட்டார்.

அம் மையத்திலிருந்து, மண்வள நிபுணர்களோ, பயிர் வளர்ப்பு

நிபுணர்களோ வந்தார்களா என்று நீங்கள் வினவினால் அதற்கு பதில், இல்லை என்பதுதான். அவர்கள் வரவில்லை. ஒரு கருத்தரங்கிலோ, அல்லது ஒரு கூட்டத்திலோ நீங்கள் இந்த முறையைப் பரவலாக செய்து பார்க்கலாமே என்று ஆலோசனை கூறினால், அவர்கள், "அதைச் செய்வதற்கு காலம் கனிந்துவிடவில்லை. இதைப்பற்றி அனைத்து கோணங்களிலும் ஆராய்ச்சி செய்து பார்த்து விட்டுதான் முடிவு செய்ய இயலும்," என்று கூறுவார்கள் என்பதே என் யூகம். அந்த முடிவை அடைய எத்தனை வருடங்கள் ஆகும் என்று தெரியாது.

இது ஒன்றும் புதிதல்ல. ஜப்பானில் ஒவ்வொரு பகுதியிலிருந்தும் நிபுணர்கள் பலர் இங்கு வந்து சென்றிருக்கின்றனர். ஒவ்வொரு நிபுணரும் அவரது கண்ணோட்டத்தில் இதைப்பார்த்து விட்டு, பிரமாதம் என்று பாராட்டாவிட்டாலும், மனநிறைவுடன் சென்றுள்ளனர். ஆனால் கோஷி பெர்பெக்சர் பேராசிரியர் வந்து சென்று ஐந்து, ஆறு ஆண்டுகளுக்குப் பிறகும் அங்குள்ள மையத்தில் எந்த மாறுதலும் நிகழ்ந்துவிடவில்லை.

இவ்வருடம் கின்கி பல்கலைக்கழகத்தின் வேளாண்மைத்துறை, இயற்கை வேளாண்மை திட்டக்குழு ஒன்றை அமைத்துள்ளது. அதில் பல துறைகளைச் சேர்ந்த மாணவர்கள் இடம் பெற்றிருந்தனர். அக்குழு இங்கு வந்து ஆய்வுகளை மேற்கொண்டது. இது ஒரு படி மேலே தான் என்றாலும், அடுத்த கட்ட நடவடிக்கை எதிர்த்திசையில் இரண்டு படி ஏறுவதாக இருக்கும் என்றே தோன்றுகிறது.

நிபுணர்கள் என்று அழைக்கப்படுபவர்கள் அடிக்கடி கூறுவதுண்டு : "இம்முறையின் அடிப்படை கருத்து சரிதான். ஆனால் எந்திரத்தை அறுவடைக்குப் பயன்படுத்தினால் எளிதாய் இருக்குமல்லவா?" அல்லது, "சில சமயங்களில் அல்லது சில இடங்களிலாவது பூச்சிக் கொல்லியையோ அல்லது வேதியல் உரங்களையோ உபயோகித்தால் சாகுபடி அதிகரிக்குமல்லவா?" எப்பொழுதுமே அறிவியல் வேளாண்மையையும், இயற்கை வேளாண்மையையும் கலக்க முயற்சிப்பவர்கள் பலர் இருக்கிறார்கள். ஆனால் இப்படிப்பட்ட சிந்தனைகள் ஒரு முக்கியமான கருத்தைத் தவறவிட்டுவிடுகின்றன. ஓரளவு ஒத்துப்போவதற்கு ஒப்புக்கொண்டுவிட்ட விவசாயியால், அறிவியலின் அடிப்படையை விமர்சிக்க முடியாது.

இயற்கை வேளாண்மை மென்மையானது; எளிமையானது; அது வேளாண்மையின் ஆதாரத்தை நோக்கி மீண்டும் செல்வதைக் குறிப்பது. ஆதாரத்தை விட்டு ஒரு அடி விலகி நடந்தாலும் அது மயானத்திற்கான நேர்வழிதான்!

மனித இனத்திற்கு இயற்கையைத் தெரியாது

அண்மைக்காலமாக நான் இவ்வாறு சிந்தனை செய்து கொண்டிருக்கிறேன்; விஞ்ஞானிகள், அரசியல்வாதிகள், கலைஞர்கள், தத்துவவாதிகள், சமயவாதிகள் மற்றும் வயல்களில் வேலை செய்வோர் ஆகிய அனைவரும் இங்கு வந்து கூடி, இந்த வயல்வெளியை பார்வை யிட்டு அதுபற்றி கலந்து பேச வேண்டிய வேளை வந்துவிட்டதாகத் தோன்றுகிறது. மக்கள் தங்களுடைய குறுகிய சிறப்புத் துறையறிவிற்கு அப்பால் நோக்க வேண்டுமானால், இது ஒன்று தான் வழி.

விஞ்ஞானி நினைக்கிறான் தன்னால் இயற்கையைப் புரிந்து கொள்ள முடியும் என்று. அவர்கள் அப்படித் தீர்மானமாக எண்ணு வதால், இயற்கையை ஆராய்ந்து, அதை பயன்படுத்திக் கொள்வதில் முழு ஈடுபாட்டுடன் விளங்குகின்றனர். ஆனால் இயற்கையைப் புரிந்து கொள்வது மனித அறிவிற்கு அப்பாற்பட்ட விஷயம் என்பது என் எண்ணம்.

இங்கு வந்த மலைமீதுள்ள குடிலில் தங்கும் என் மாணவர்களிடம் நான் அடிக்கடி கூறுவதுண்டு. மலைமீதுள்ள மரத்தை யார் வேண்டுமானாலும் பார்க்கலாம். அம்மரங்களின் இலைகளின் பச்சை நிறத்தையும் பார்க்கலாம். நெற்பயிர்களைக் காணலாம். பச்சை என்றால் என்ன என்பதை தாங்கள் அறிந்திருப்பதாக அவர்கள் நினைக்கலாம். காலையும் மாலையும் இயற்கையோடு தொடர்பு கொண்டிருக்கிற காரணத்தால் அவர்கள் சில சமயம் இயற்கையை தாங்கள் புரிந்து கொண்டிருப்பதாக எண்ணக்கூடும். இயற்கையை புரிந்துகொள்ளத் துவங்கியிருப்பதாக அவர்கள் எண்ணத் துவங்கிய தும், அவர்கள் தவறான பாதையில் அடியெடுத்து வைத்துவிட்டார்கள் என்பது உறுதி.

ஏன் இயற்கையை புரிந்து கொள்ளமுடியாமல் போகிறது? ஏனெனில் இயற்கை என்று நாம் வரிப்பது ஒவ்வொருவரின் மனத்திலும் இயற்கை பற்றி தோன்றுகிற கருத்தேயாகும். உண்மை யான இயற்கையை தரிசிப்பவர்கள் பச்சிளம் குழந்தைகளே. அவர்கள் யோசிக்காமல், நேரடியாகவும், தெளிவாகவும் பார்க்கிறார்கள்.

முழுமையில் இருந்து விலகித் தெரியும் ஒரு பொருள் உண்மை யானதல்ல.

பலதுறை நிபுணர்கள் ஒன்றாகக் கூடி ஒரு கற்றை நெற்பயிரை பார்வையிடுகின்றனர். பூச்சியியல் நிபுணர், பூச்சித் தாக்கத்தையே பார்க்கிறார். தாவரச் சத்து நிபுணர், தாவரச்சத்தை மட்டும் நோக்கு கிறார். இப்பொழுது விஷயங்கள் இருக்கும் முறையில் இது தவிர்க்க இயலாதது.

இலைப்பூச்சிக்கும் சிலந்திக்கும் உள்ள உறவு பற்றி ஆராய வந்திருந்த பேராசிரியரிடம் நான், "அய்யா, நீங்கள் சிலந்தி குறித்து ஆராய்வதால் அதில் மட்டும் ஈடுபாடு காட்டுகிறீர்கள். ஆனால் இலைப்பூச்சியின் இரையினங்கள் பல இருக்கின்றன. இம்முறை சிலந்தி ஏராளமாக உள்ளது. கடந்த முறை தேரைகள். அதற்கு முன்பு தவளைகள் ஏராளமாக இருந்தன. இயற்கையில் எண்ணற்ற மாறுபாடுகள் உண்டு", என்று கூறினேன்.

ஒரு குறிப்பிட்ட காலகட்டத்தில் ஒரு குறிப்பிட்ட இரையினத்தின் பங்கை, பூச்சியினங்களுக்கு இடையே உள்ள சிக்கலான உறவு முறைகளை அறியாமல், எந்தவொரு நிபுணராலும் புரிந்து கொள்ள முடியாது. சிலந்தி அதிகமாக இருந்ததால், இலைப்பூச்சிகள் குறைவாக இருந்த நேரமும் உண்டு. மழை அதிகம் பெய்து தவளை கள் பெருகி சிலந்திகளைக் கபளீகரம் செய்துள்ள காலகட்டங்களும் உண்டு, அல்லது மழை குறைவாகப் பெய்து, இலைப் பூச்சியோ, தவளையோ இல்லாமலேயே போய்விட்டதும் நடைபெற்றுள்ளது.

பூச்சியினங்களுக்கு இடையே உள்ள உறவுகளை அலட்சியம் செய்து உருவாக்கப்படும் பூச்சி தடுப்பு முறைகள் பயனற்றவை. இலைப்பூச்சி மற்றும் சிலந்தி குறித்து நடத்தப்படும் ஆய்வுகள் சிலந்திக்கும், தவளைக்கும் இடையே நிலவும் உறவுகளை, கணக்கில் எடுத்துக் கொள்ள வேண்டும். அப்படி நேருமானால், ஒரு தவளைப் பேராசிரியரும் தேவைப்படுவார்! இலைப்பூச்சி மற்றும் சிலந்தி நிபுணர்கள், நெற்பயிர் நிபுணர், நீர் நிர்வாக நிபுணர் போன்றோரும் இதில் சேர வேண்டியிருக்கும்.

இதுதவிர, இவ்வயலில் நான்கைந்து வகையான சிலந்திகள் இருக்கின்றன. எனக்கு சில ஆண்டுகளுக்கு முன்பு நடந்த ஒரு நிகழ்ச்சி நினைவிற்கு வருகிறது. ஒருநாள் அதிகாலை ஒருவர் என் வீட்டிற்கு வந்து, நான் வயலை பட்டுவலையால் மூடி வைத்துள்ளேனா என்று கேட்டார். எனக்கு ஒன்றுமே புரியவில்லை. உடனே அவ்விடத்திற்கு

விரைந்தேன்.

நாங்கள் அப்பொழுதுதான் அறுவடையை முடித்திருந்தோம். அவ்வயல் முழுவதும் முந்தைய இரவு சிலந்தி வலை பின்னியிருந்தது. காலைப்பனியின் ஊடாக அவை தகதகத்தது கண்கொள்ளாக் காட்சியாகும்.

இதில் அற்புதம் என்னவென்றால், எப்பொழுதாவது நிகழ்கிற இச்செயல் ஒரிரு நாட்களுக்கு மேல் நீடிப்பதில்லை. நீங்கள் உற்றுக் கவனித்தால், ஒவ்வொரு சதுர அங்குலத்திற்கும் பல சிலந்திக்கள் இருப்பதைக் காண முடியும். இவைகள் நன்றாக கொழுத்து இருந்ததால் அவைகளுக்கு இடையே இடமே இல்லாமல் இருந்தது. ஒரு கால் ஏக்கரில் எத்தனை இலட்சம் சிலந்திக்கள் இருந்திருக்கும்! இரண்டு மூன்று நாட்கள் கழித்து அங்கு சென்று பார்த்தால், பல மீட்டர் நீளமுள்ள வலைகள் அறுந்து காற்றில் ஆடிக்கொண்டிருக்கும். அதில் ஒவ்வொன்றிலும் அய்ந்தாறு சிலந்திகள் தொங்கிக் கொண்டிருக்கும். இளம் சிலந்திகள் காற்றில் பறக்க தயாராகிக் கொண்டிருக்கும்.

இயற்கை நாடகத்தின் கண்கொள்ளாக்காட்சி இது. இதைப் பார்த்ததும், கவிஞர்களையும், ஒவியர்களையும் அக்கூட்டத்தில் சேர்க்க வேண்டியிருக்கும் என்பது உங்களுக்குப் புரிந்துவிடும்.

வேதியற்பொருட்கள் வயல்களில் போடப்படும்போது, இவை அனைத்தும் ஒரு நொடியில் அழிக்கப்பட்டு விடுகின்றன. நான் ஒருமுறை வயல்களில் சாம்பல் தூவுவதால் எந்தக் கேடும் விளைந்து விடாது என்று எண்ணி அதைத் தூவிவிட்டேன். விளைவு பேரிடி யாய் இருந்தது. இரண்டு மூன்று நாட்களுக்குபிறகு வயலில் இருந்த சிலந்திகள் அனைத்தும் மறைந்துவிட்டன. சாம்பலினால் சிலந்தி வலைகள் அறுந்துவிட்டன. ஆபத்தற்ற சாம்பலுக்கே எத்தனை ஆயிரம் சிலந்திகள் பலியாகிவிட்டனவோ? பூச்சிக் கொல்லி மருந்து களைத் தூவுவது என்பது பூச்சிகளையும், அவற்றின் இரையினங்களையும் மட்டும் அழித்துக்தொழிக்கும் செயலல்ல. இயற்கையின் பல்வேறு நாடகங்கள் இதனால் அழிக்கப்படுகின்றன.

சிலந்திகள் படையெடுப்பும் அவற்றின் திடீர் தலைமறைவும் இன்னும் புரிபடாத மர்மதாகத்தான் உள்ளன. அவை எங்கிருந்து வருகின்றன, குளிரில் எப்படித் தாக்குப் பிடிக்கின்றன, மறைந்து பின் எங்கே போகின்றன என்பது யாருக்குமே தெரியவில்லை.

ஆகவே வேதியற் பொருட்களின் பயன்பாடு, பூச்சியியல் நிபுணரின் பிரச்சனை மட்டும் அல்ல. வேளாண்மையில் வேதியற் பொருட்களை பயன்படுத்துதை அனுமதிக்கலாமா கூடாதா, தழையுரத்தை பயன்படுத்தினால் என்ன விளைவுகள் ஏற்படும் என்பன போன்றவற்றை தீர்மானிக்க, தத்துவவாதிகள், மதவாதிகள், கலைஞர்கள், கவிஞர்கள் ஆகியோரும் உதவ முன்வர வேண்டும்.

நாங்கள் வழக்கமாக கால் ஏக்கருக்கு 22 மரக்கால் நெல்லும், 22 மரக்கால் மாரிக்கால தானியமும் அறுவடை செய்வோம். சமயங்களில் 29 மரக்கால் வரை அது போகும். அச்சமயத்தில் நாட்டிலேயே உயர்ந்தபட்ச அறுவடையாக அதுதான் இருக்கும். நவீனத் தொழில் நுட்பத்திற்கும், இப்பயிர் வளர்ப்பிற்கும் தொடர்பே இல்லாமல் இருப்பதால், இது நவீன அறிவியலின் யூகங்களைத் தவிடுபொடி யாக்குகிறது. இங்கு வந்து பார்வையிட்டுச் செல்லும் எவரும் மனிதன் இயற்கையை அறிந்துள்ளானா இல்லையா, மனித அறிவாற்றலின் எல்லைக்குள் இயற்கையைப் புரிந்து கொள்ள முடியுமா, முடியாதா என்பது போன்ற கேள்விக்கு அவநம்பிக்கையான பதிலையே கூறநேரும்.

மனித அறிவாற்றல் என்பது எவ்வளவு சிறியது என்பதைக் காட்டும் பணியைத்தான் அறிவியல் செய்துள்ளது என்பது ஒரு முரணான நகைச்சுவையாகும்.

பகுதி
II

இயற்கை வேளாண்மையின் நான்கு அடிப்படைகள்

இந்த வயல்களின் வழியே கவனமாகப் பார்த்து நடந்து வாருங்கள். தும்பிகளும், வண்டுகளும் குறுக்கும் நெடுக்குமாய் பறக்கும். தேனீக்கள் மலருக்கு மலர் தாவி ரீங்காரமிட்டுத் திரியும். இலைகளை விலக்கிப் பார்த்தால் பூச்சிகள், சிலந்திகள், தவளைகள், பல்லிகள் மற்றும் இதர சிறிய விலங்குகள் போன்றவை நிழலில் திரிவதைக் காணலாம். பூமிக்கு கீழே மண்புழுக்களும், துள்ளெலிகளும் நிலத்தை உழுது கொண்டிருக்கும்.

இது ஒரு சமச்சீரான நெல் வயல் சூழலமைப்பு. பூச்சிகளும், தாவரக்குடும்பங்களும் ஒரு நிரந்தரமான உறவைக் கொண்டுள்ளன. இப்பகுதியில் தாவர நோய்கள் தாக்குவது அசாதாரணமான செய்தியல்ல என்றாலும், இவ்வயல்களில் உள்ள பயிர்கள் அதனால் பாதிக்கப்படுவதில்லை.

இப்பொழுது அருகே உள்ள நிலத்தை ஒரு நிமிடம் பார்வையிடுங்கள். அங்கு களைகள், மண்பதப்படுத்துதல் மூலமும் மற்றும் களைகொல்லி பயன்படுத்தியதன் மூலமும் ஒழிக்கப் பட்டுள்ளன. மண்வாழ் விலங்கினங்களும், பூச்சிகளும் நஞ்சால் நிர்மூலமாக்கப்பட்டு விட்டன. வேதியல் உரங்களால் நுண்ணுயிர் களும் கரிமச் சத்துக்களும் மண்ணில் இருந்து துடைத்து எறியப் பட்டுள்ளன. கோடையில் அவ்வயலில், விவசாயிகள் முகமூடியும், கையுறையும் அணிந்து கொண்டு வேலையில் ஈடுபடுவதைப் பார்க்கலாம். 1500 ஆண்டுகளுக்கும் மேலாக தொடர்ந்து பயிரிடப் பட்டு வந்துள்ள இந்த நெல் வயல்கள், ஒரே ஒரு தலைமுறையின் சுரண்டல் வேளாண்மையால் தரிசு நிலமாகிவிட்டன.

நான்கு அடிப்படைகள்

முதலில், மண் பதப்படுத்துதல் கிடையாது. அதாவது, உழுவதோ, மண்ணைப் புரட்டியெடுப்பதோ கிடையாது. பல நூற்றாண்டுகளாக

விவசாயிகள், உழுவது பயிர் செய்வதற்கு இன்றியமையாதது என்று கருதி வந்துள்ளனர். ஆனால் இயற்கை வேளாண்மைக்கு மண் உழுப்படமலிருப்பது முக்கியமான அடிப்படையாகும். நிலம் தாவரவேர்கள் நுழைவது மூலமும், நுண்ணுயிர்கள், சிறு விலங்குகள் மற்றும் மண்புழுக்கள் ஆகியவற்றின் நடவடிக்கைகள் மூலமும் தன்னைத் தானே உழுது கொள்ளும்.

இரண்டாவது, வேதியல் உரங்களோ, தனியாக தயார் செய்யப் பட்ட தழையுரங்களோ பயன்படுத்தக் கூடாது. மக்கள் இயற்கையுடன் குறுக்கிட்டு அதைக் காயப்படுத்திவிடுகின்றனர். அதை குணமாக் குவது எளிதல்ல. முறையற்ற விவசாய நடவடிக்கைகளால் மண்ணில் உள்ள சத்துக்கள் வற்றிப்போய், நிலங்கள் சக்கையாகி விடுகின்றன. நிலத்தை அதன் போக்கிலேயே விட்டுவிட்டால், மண் தனக்கு தேவையான சத்தை இயற்கையாகவே நிர்வகித்துக் கொள்ளும்.

மூன்றாவது, களையெடுப்போ, களைக் கொல்லியைப் பயன் படுத்துவதோ கிடையாது. மண் சத்து நிர்வாகத்திலும், உயிரியல் குடும்பத்தின் சமச்சீர்மையை பாதுகாப்பதிலும் களைகளுக்கும் ஒரு பங்கு உண்டு. அடிப்படை விதி என்னவென்றால் களைகள் கட்டுப் படுத்தப்பட வேண்டும்; ஒழிக்கப்படக்கூடாது. என் வயலில் களைகளைக் கட்டுப்படுத்த, வைக்கோலைப் பரப்புவது, தீவனப் பயிரை இடையே விதைப்பது, தற்காலிகமாக வயலில் நீரைத் தேக்கி வைப்பது ஆகிய முறைகளை நான் பயன்படுத்தி வருகிறேன்.

நான்காவதாக, வேதியல் பொருட்களின் சார்பு அறவே கிடையாது. இயற்கைக்கு மாறான, உழுதல் மற்றும் வேதியல் உரங்களை இடுதல் ஆகிய நடைமுறைகளால் உருவான பலவீனப் பயிர்கள் நோய்களாலும், பூச்சிகளாலும் பாதிக்கப்படுவது வேளாண்மையில் இன்று ஒரு பெரிய பிரச்சனை. இயற்கையை அதன் போக்கில் விட்டுவிட்டால் அது மிகவும் அழகாக சமச்சீர்மையை நிர்வகித்துக் கொள்ளும். கேடு விளைவிக்கும் பூச்சிகளும், தாவர நோய்களும் எப்பொழுதுமே இருந்துவந்தாலும், மிகக் கொடிய விஷச் சத்துடைய வேதியல் பொருட்களை பயன்படுத்த வேண்டிய அளவிற்கு, இயற்கையில் அவை காணப்படுவதில்லை. நோய்ப்பாதுகாப்பு மற்றும் பூச்சிக் கட்டுபாட்டிற்கு ஏற்ற அறிவுப்பூர்வமான அணுகுமுறை, சுகாதாரமான சுற்றுச்சூழலில், ஆரோக்கியமான பயிர்களை வளர்ப்பதாகும்.

1. பதப்படுத்துதல்

மண் பதப்படுத்தப்படும்போது, இயற்கையான சுற்றுச்சூழல் நாம் எதிர்பார்த்திருப்பதற்கும் மேலாக பாதிக்கப்டுகிறது. அதன் பின்விளைவுகள், பல விவசாயிகளைத் தலைமுறை தலைமுறையாய்த் துரத்தி தொல்லை கொடுத்து வருகின்றன. (எ.கா.) ஒரு இயற்கையான நிலப்பகுதி உழப்படும்போது, மிகப்பலமுடைய களையான நண்டுப்புல் போன்றவை நிலத்தில் தோன்றி தொல்லை கொடுக்கக்கூடும். இவை தோன்றிவிட்டால் ஒவ்வொரு ஆண்டும் களையெடுப்பதற்குள் விவசாயிக்கு விழிபிதுங்கிவிடும். பல சமயங்களில் நிலம் கைவிடப்பட்டுவிடும்.

இத்தகைய பிரச்சனைகளைக் களைய அறிவுப்பூர்வமான அணுகல் என்னவென்றால், இத்தகைய சூழலை உருவாக்கிய, இயற்கைக்கு மாறான அச்செயல்முறைகளை முதலில் நிறுத்துவது தான். மேலும் தான் ஏற்படுத்தியுள்ள பாதிப்பைச் சீர்செய்ய வேண்டிய கடமை விவசாயிக்கு உள்ளது. உழுதல், புரட்டிக் கொடுத்தல் ஆகியவை நிறுத்தப்பட வேண்டும். இயந்திரங்களையும் மனிதனால் உருவாக்கப் பட்ட வேதியற் பொருட்களையும் பயன்படுத்துவதை விடுத்து, வைக்கோலைப் பரப்புதல், தீவனப்பயிரை வளர்த்தல் ஆகிய முறை களைப் பின்பற்றினால், சுற்றுச்சூழல் வெகு விரைவில் தனது முந்தைய நிலையை அடையும். தொல்லை தரும் களைகளைக்கூட கட்டுக்குள் கொண்டு வந்துவிடலாம்.

2. உரங்கள்

மண்வள நிபுணர்களுடன் விவாதிக்கும்போது பின் வரும் கேள்வியை அவர்களிடம் கேட்பது என் வழக்கம். ''நிலத்தை இப்படியே விட்டுவிட்டால், மண்வளம், கூடுமா, குறையுமா?'' அவர்கள் பொதுவாக கொஞ்சம் தயங்கிவிட்டு, ''நல்லது... அது குறையும். இல்லை. இதை நீங்கள் நினைவில் கொள்ள வேண்டும். ஒரே நிலத்தில் நீண்ட காலத்திற்கு நெல் சாகுபடி செய்யும் போது, வேதியல் உரங்கள் போடாதிருக்கும் பட்சத்தில், அறுவடை 9 மரக்கால் அளவில் வந்து நின்றுவிடும். நிலத்தின் வளம் கூடுவதுமில்லை. குறைவதுமில்லை'' என்று பதிலளிப்பது வழக்கம்.

இந்த நிபுணர்கள் குறிப்பிடுவது உழப்பட்டு, நீர் தேக்கி வைத்துப் பயிரிடப்படும் வயல்களைத்தான்/ இயற்கையை அதன் போக்கில்

விட்டுவிட்டால் அதன் வளம் பெருகத்தான் செய்யும். தாவரம் மற்றும் விலங்குகளிடமிருந்து கிடைக்கும் கரிம எச்சங்கள் சேகரிக்கப் பட்டு, நுண்ணுயிர்களாலும், பாக்டீரியாக்களாலும் சத்துக்களாக மாற்றப்படுகின்றன. மழைநீர் மூலமாக இவை நிலத்தின் உட்புறத்தை அடைந்து மண்புழு, நுண்ணுயிர்கள் மற்றும் இதர சிறு விலங்கினங் களுக்கு ஆகாரமாகின்றன. தாவரங்களின் வேர்கள் இங்கு நுழைந்து இச்சத்துகளை மீண்டும் மேல்மட்டத்திற்கு கொண்டு வருகின்றன.

பூமியின் இயற்கை வளம் குறித்து உங்களுக்குப் புரிய வேண்டு மெனில், அடர்ந்த காட்டுப்பகுதிகளுக்குச் சென்று அங்குள்ள பிரம்மாண்டமான மரங்களைப் பாருங்கள். அவைகள் உரம் போடப்படாமலும், மண் பதப்படுத்தப்படாமலும் வளர்ந்தவையே. இயற்கையுடைய வளத்தின் அளவு நம் கற்பனைக்கு மிஞ்சியது.

ஓரிடத்தில் உள்ள காட்டுமரங்களை எல்லாம் அடியோடு வெட்டிவிட்டு, அங்கு யூகலிப்டஸ் அல்லது தேவதாரு மரங்களை ஒரு சில தலைமுறைகளுக்கு நட்டுவந்தால், வெகு விரைவில் அம்மண் சத்தற்றதாகி, வேகமாக மண் அரிப்பு ஏற்படக்கூடியதாக மாறிவிடும். மாறாக, ஒரு தரிசான மலையை எடுத்துக் கொண்டு அதில் பைன் அல்லது தேவதாரு மரங்களை, பூமி மீது படர்ந்து மூடிக்கொள்ளும் சில செடிவகைகளுடன் நட்டுப் பாருங்கள். அந்தப் படர்தாவரங்கள் பசுமையான இலைதழைகளால் பூமியை செழிப்பாக்குவதுடன், மண்ணையும் மிருதுவாக்குகிறது. களைகளும், புதர்களும் மரங்களுக்கு கீழே வளர்கின்றன. ஒரு வளமான சுழற்சி வட்டம் அங்கு உருவா கிறது. பத்து ஆண்டுகளுக்கு உள்ளாகவே, மேல் மட்ட மண்ணில் நான்கு அங்குலம் வரை வளமாகியுள்ள இடங்களும் உண்டு.

வேளாண்மைப் பயிர் வளர்ப்பிற்குக் கூட, வேதியல் உரங்களை போடுவது நிறுத்தப்பட வேண்டும். பெரும்பாலும் ஒரு நிலையான பசுமையான படர்தாவரங்களும், வைக்கோல், பதர் போன்றவற்றை அங்கேயே போட்டுவிடுதலும் போதுமானதாகும். விலங்கின எச்சங்கள் கிடைப்பதற்காக நான் வாத்துக்களை வயல்களின் ஊடாக விட்டுவிடுவேன். பயிர் இளமையாக இருக்கும்பொழுது குஞ்சுகளாக அவைகளை விட்டால், இரண்டும் ஒன்றாகவே வளர்ந்துவிடும். இவை தேவையான உரச்சத்துகளை அளிப்பதோடு, களைக் கட்டுப்பாட்டிற்கும் உதவுகின்றன.

என் வயல்கள் அருகே தேசிய நெடுஞ்சாலை உருவாக்கப்படும் வரை நான் வாத்துக்களை வளர்த்து வந்தேன். இப்பொழுது கோழி

எச்சங்களை பயன்படுத்துகிறேன். பிற இடங்களில் இதற்கு இன்றும் சாத்தியக்கூறுகள் இருப்பதாகவே கருதுகிறேன்.

அதிகமாக உரம் இடுதலும் பிரச்சனைதான். ஒரு சமயம் 1 1/4 ஏக்கர் நெல்வயலை குத்தகைக்கு எடுத்தேன். அதில் நாற்று நட்டதும் நீர் தேக்கி வைக்காமல் அதை வடித்து காலி செய்தேன். உரத்திற்கு கோழி எச்சங்களை பயன்படுத்தினேன். அதில் நான்கு நிலங்களில் சரியானபடி வளர்ந்தன. ஐந்தாவதில் நெற்பயிர் நோய் மிகவும் நெருக்கமாகி வந்து அழிந்தது. அதன் உரிமையாளரை விசாரித்ததில், அவ்விடத்தை கோழிகளின் எச்சத்தை சேமித்து வைக்கப் பயன் படுத்தியாக கூறினார்.

வைக்கோல், பசுந்தாழ், பறவையின் எச்சங்கள் ஆகியவற்றை, இலை தழை உரம் மற்றும் வேதியல் உரங்களுக்கு பதிலாக, உபயோகித்தே அதிக அறுவடையைப் பெறலாம். பல ஆண்டுகளாக நான் இயற்கையின் மண் பதப்படுத்துதல், மற்றும் மண் வளப்படுத்துதல் முறையைக் கவனமாக கவனித்து வந்ததற்கு பரிசாக இயற்கை அன்னையும் காய்கறிகள், ஆரஞ்சு, நெல் மற்றும் மாரிக்கால பயிர்கள் ஆகியவற்றை அமோகமாக அளித்து வந்துள்ளாள்.

3. களைகள்

களைகளைக் களைய இதோ சில முக்கியமான குறிப்புகள் :

உழுவதை நிறுத்தியதும் களைகளின் எண்ணிக்கை கணிசமாகக் குறைகிறது. களைகளின் வகைகளும் மாறுபடும்.

வயலில் ஏற்கனவே விதைத்த பயிர் முற்றிய நிலையில் இருக்கும் போதே, அடுத்த பயிரை விதைத்து விட்டால், அவை களைகள் முளைக்கும் முன்பாகவே வளரத் துவங்கிவிடும். மாரிக்கால களைகள் நெற்பயிரின் அறுவடைக்கு பின்னர்தான் முளைவிடத் துவங்கும். ஆனால் அதற்குள் மாரிக்கால பயிர்கள் தலை தூக்கியிருக்கும். அதே போல கோடைக்கால களைகள், பார்லி, ரை போன்றவைகள் அறுவடை செய்தபிறகே முளைவிடத் துவங்கும். அச்சமயத்தில் நெற்பயிர் நன்றாக வளர்ந்திருக்கும். ஒரு பயிருக்கும் அடுத்த பயிருக்கும் இடையே இடைவெளியே இல்லாதிருக்கும்படி பார்த்துக் கொள்வதன் மூலம் களைகளை நன்றாகவே கட்டுப்படுத்திவிடலாம்.

அறுவடை முடிந்ததும், வயல் முழுவதும் வைக்கோல் போட்டு

மூடினால், களைகள் முளைப்பது தடைபடும். பயிருடன் விதைக்கப் படும் தீவனப்பயிர் நிலத்தை மூடி மறைப்பதால் அது களைகளைக் கட்டுபடுத்த உதவுகிறது.

வழக்கமாக விவசாயிகள் களைகளைக் களைய நிலத்தை உழுவது வழக்கம். ஆனால் உழும்போது, நிலத்தின் ஆழத்தில் இருக்கும், அதுவரை முளைவிட சாத்தியமற்று இருந்த களைகளின் விதைகள் மேலே கொண்டு வரப்படுகின்றன. மேலும் வேகமாக வளரும், விரைவாக முளைவிடும் களைகளுக்கு இத்தகைய சூழல் உதவுகிறது. அதனால் களைகளைக் களைய நிலத்தை உழும் விவசாயிகள் தேவையற்றதையே அறுவடை செய்கிறார்கள்.

4. பூச்சிக் கட்டுப்பாடு

இன்று கூட பெரும்பாலான மக்கள், பூச்சிக்கொல்லிகள் பயன்படுத்தப்படாமல் இருந்தால் தங்களது பயிரும், பழமரங்களும் நாசமாகிவிடும் என்று உறுதியாக நம்பிக் கொண்டிருக்கிறார்கள். ஆனால் உண்மை என்னவென்றால், வேதியற்பொருட்களை மீண்டும் மீண்டும் பயன்படுத்துவதன் மூலம், அவர்களின் இந்த அர்த்தமற்ற பயம் உண்மையாகிக் கொண்டிருக்கிறது.

அண்மையில் ஜப்பானிய சிவப்பு பைன் மரங்கள், மரப் பட்டைகளைத் தாக்கும் அந்துப்பூச்சிகள் பெருமளவு பெருகியதால் கடுமையாக பாதிக்கப்பட்டன. காட்டிலாக்கா அதிகாரிகள் ஹெலிகாப்டர்களை பயன்படுத்தி, பூச்சிக்கொல்லிகளைத் தெளித்தனர். இது குறுகிய காலத்திற்கு பலனளிக்கும் என்பதை நான் மறுக்க வில்லை. ஆனால் இதற்கு வேறு வழிகளும் இருக்க வேண்டும்.

அண்மையில் நடத்திய ஆய்வின்படி அந்துப்பூச்சிகள் நேரடியாக மரத்தில் நுழைவதில்லை. அவை ஒரு குறிப்பிட்ட புழுவகைகளைப் பின்பற்றி அதில் நுழைகின்றன. அப்புழுக்கள் மரத்தின் தண்டு களுக்குள் முட்டையிட்டு, நீர் மற்றும் சத்துகளின் போக்குவரத்தைத் தடை செய்து, அம்மரத்தை இறந்துவிடச் செய்கின்றன. ஆனால் ஆதாரமான காரணம் இன்னும் தெளிவாகவில்லை.

அப்புழுக்கள் மரத்தின் உள்ளேயே இருக்கும் ஒருவகை நுண்ணுயிர்களை உணவாகக் கொள்கின்றன. மரத்திற்குள்ளாக அவை எவ்வாறு பரவின? அவை புழுக்கள் வந்த பிறகு பெருகிவிட்டனவா? அல்லது தன் நுண்ணுயிர்கள் இருப்பதால், அப்புழுக்கள் வந்தனவா?

முதலில் எது வந்தது என்ற கேள்விக்கு இது இட்டுச் செல்கிறது.

இவை தவிர மற்றொரு நுண்ணுயிரும் உள்ளது. அதைப் பற்றிய விவரங்கள் சரியாக கிடைக்கவில்லை. பல திசைகளில் முயற்சிகள் நடைபெற்றாலும், உறுதியாகத் தெரிவது ஒன்றுதான். பைன் மரங்கள் வேகமாக மறைந்து வருகின்றன.

இந்த பைன்மர பிரச்சனைக்கு உண்மையான காரணம் என்ன வென்று மக்களுக்கு தெரியவில்லை. இதற்கு ஒரு தீர்வு கண்டாலும் அதன் விளைவுகள் என்னவாக இருக்கும் என்பதையும் அவர்கள் அறியமாட்டார்கள். அறியாமையால் இப்பிரச்சனைக் குழப்பமாக கையாளப்பட்டால், மிகப் பெரிய ஆபத்து ஒன்றிற்கு விதை விதைக்கப் படுகிறது என்பது பொருள். வேதியல் பொருட்களை தெளிப்பதன் மூலம் தற்காலிகமாக பாதிப்பு நிறுத்தப்பட்டுவிட்டது என்பதற்காக நான் மகிழ்ந்து விடமுடியாது. இதுபோன்ற பிரச்சனைகளைக் கையாள வேதியல் பொருட்களை பயன்படுத்துவது மிகவும் அபாயகரமான செயலாகும். இது வருங்காலத்தில் மேலும் அதிக பிரச்சனைகள் தோன்றுவதற்கே வழிவகுக்கும்.

இந்த நான்கு அடிப்படை விதிகளும் இயற்கையின் போக்கோடு ஒத்துப் போகிறது. மேலும் இயற்கையின் வளத்தை அது போற்றி பாதுகாக்கிறது. என்னுடைய தடுமாற்றங்கள் எல்லாம் இந்தச் சிந்தனைப் போக்கோடுதான் உள்ளது. காய்கறி, தானியங்கள் மற்றும் ஆரஞ்சு ஆகியவற்றை வளர்க்கும் என் முறைகளின் அடித்தளம் இதுதான்.

களைகளின் ஊடே பயிர்

இவ்வயலில் பயிர்கள் மற்றும் தீவனப்பயிர்கள் ஊடாக பலவிதமான களைகள் வளர்கின்றன. கடந்த மழையின் போது வயலில் பரப்பிய வைக்கோல் இப்போது மக்கி உரமாகிவிட்டது.

நேற்று, மேய்ச்சல் புல்வெளி வளர்ப்பில் நிபுணரான பேராசிரியர் கவாசே (Kawase) மற்றும் பழங்காலத் தாவரங்களில் ஆராய்ச்சி செய்துவரும் பேராசிரியர் ஹிரோ (Hiroe) ஆகிய இருவரும் என் வயலுக்கு வந்தனர். இங்கு வயலில் விளைந்துள்ள பார்லி மற்றும் நிலத்தில் படர்ந்துள்ள பசுமையை பார்த்துவிட்டு, இது ஓர் அற்புதமான கலை என்று கூறினர். அதே சமயம் இதைப் பார்க்கும் உள்ளூர் விவசாயி, இவ்வளவு களைகளுக்கு இடையே எப்படி பார்லி இவ்வளவு செழிப்பாக வளர்ந்துள்ளது என்று வியப்படைகிறார். தொழில்நுட்ப வல்லுனர்களும் வந்து, களைகளை, தீவனப் பயிர்களை பார்த்துவிட்டு, வியப்பினால் தலையை ஆட்டிவிட்டு செல்கிறார்கள்.

இருபது வருடங்களுக்கு முன்பு, பழமரங்களுக்கு இடையே நிலத்தில் பசுமை படர்ந்திருப்பதை ஊக்குவித்த போது, ஜப்பானில் ஓரிடத்தில்கூட அப்படி செய்யப்படவில்லை. என் பழத் தோட்டத்தைப் பார்த்து புரிந்து கொண்டுவிட்ட மக்கள் அவர்களின் தோட்டங்களிலும் இதைப் பின்பற்றினர். இன்று பசுமை படராத பழத்தோட்டத்தை ஜப்பானில் பார்க்க முடியாது.

நெல், பார்லி, ரை போன்ற பயிர்களையும் களைகள் மற்றும் தீவனப் பயிரோடு வெற்றிகரமாக வளர்க்க இயலும்.

நெல்லை இளவேனில் பருவத்தில் விதைத்துவிட்டு அப்படியே விட்டுவிட்டால், பெரும்பாலான சமயங்களில், அவைகளை எலி களும் பறவைகளும் தின்றுவிடுகின்றன. அல்லது அவை மண்ணோடு சேர்ந்து மக்கிவிடுகின்றன. அதனால் அவைகளை நான் களிமண் உருண்டைகளோடு சேர்த்து உருட்டி சிறுசிறு உருண்டைகளாக வயலில் போடுகிறேன். இதைத் தயாரிக்க இரு முறைகள் உள்ளன. ஒன்று நெல்லை ஒரு கூடையில் போட்டு குலுக்கிக் கொண்டு

இருக்கும் போதே அதன்மீது மெல்லிய களிமண் பொடியைத் தூவுவது. அதன் மீது அவ்வப்போது நீர் தெளித்து குலுக்கிக் கொண் டிருந்தால், அவை களிமண் உருண்டைகளாகிவிடும். மற்றொரு முறையில் நெல் பலமணி நேரத்திற்கு நீரில் ஊற வைக்கப்படுகிறது. பின்னர் அவை ஈரமான களிமண்ணில் பிசையப்பட்டு, சிறுகயிற்றின் உதவியுடன் தள்ளி ஒதுக்கப்பட்டு உருண்டைகளாக்கப்படுகின்றன.

சிலசமயம் பிற தானியங்களுக்கும், காய்கறிகளுக்கும் நான் களிமண் உருண்டைகளைத் தயார் செய்வதுண்டு.

நவம்பர் மாத இடையிலிருந்து டிசம்பர் மாத இடைக்காலம் தான் உருண்டைகளை தூவுவதற்கு ஏற்ற சமயம். கோழி எச்சங்கள் சிறிது தூவினால், வைக்கோல் மக்கிப் போக உதவும். அந்த ஆண்டு விதைப்பு இத்துடன் நிறைவுறுகிறது.

மே மாதத்தில் மாரிக்கால பயிர் அறுவடை செய்யப்பட்டு, வைக்கோல் வயலின் மீது பரப்பப்படுகிறது. ஒரு வாரம் அல்லது பத்து நாட்களுக்கு நீர் தேக்கி வைக்கப்படுகிறது. இது களைகளை பலமற்றதாக்கி, நெற் பயிர்வளர வழி செய்கிறது.

ஒரு கால் ஏக்கரில் ஒரே ஒரு விவசாயி ஓரிரு மணி நேரத்தில் விதை களை விதைத்து விட முடியும். அறுவடையைத் தவிர்த்து, மாரிக் காலப் பயிர்களைப் பொருத்தவரை, அனைத்து வேலைகளையும் ஒரே ஆள் செய்துவிட முடியும். நெற்பயிரை, ஜப்பானிய பாரம்பரிய கருவி களின் உதவியுடன் வளர்க்க இரண்டு மூன்று பேர் போதும். இதைவிட எளிதான, இலகுவான வழி இருப்பதாக தெரியவில்லை. ஆனால் இந்த எளிய வழியை அடைய எனக்கு முப்பது ஆண்டாகியது.

இம்முறையானது, ஜப்பானிய தீவுகளின் இயற்கைச் சூழலுக்கு ஏற்ப ஏற்படுத்தப்பட்டது. ஆனால் மற்ற இடங்களிலும் இதே முறையைப் பின்பற்றி உள்ளூர் பயிர்களை வளர்க்க முடியும். இயற்கை வேளாண்மை இடத்திற்கு தகுந்தாற்போல வெவ்வேறு வகைகளில் பயன்படுத்தப்பட வேண்டும்.

பாரம்பரிய அல்லது அறிவியல் வேளாண்மை முறையில் இருந்து இதற்கு மாறும் போது, முதலில் கொஞ்சம் களையெடுப்பு, தழையுரம், பழமரங்களை வெட்டிவிடுதல் போன்றவை தேவைப்படும். போகப்போக இதைக் குறைத்துவிடலாம். இறுதியாக, வளர்க்கும் முறை முக்கியமல்ல. விவசாயியின் மனநிலைதான் முக்கியம்.

வைக்கோலுடன் பயிர்

வைக்கோலை வயலில் பரப்புவது முக்கியமற்றது போன்று தெரியலாம். ஆனால் என் பயிர் வளர்ப்பில் அது மிகவும் அடிப்படையானதாகும். இது மண்வளம், முளைவிடுதல், களைகள், குருவிகளை விரட்டுதல், நீர் நிர்வாகம் போன்ற அனைத்துடனும் தொடர்புடையது. கோட்பாட்டிலும், நடைமுறையிலும் வைக்கோலின் பயன்பாடு, பயிர் வளர்ப்பில் முக்கியத்துவம் வாய்ந்த ஒன்றாகும். மக்களுக்கு இதன் முக்கியத்துவத்தைப் புரியவைப்பது எனக்கு கடினமாகவே இருக்கிறது.

வைக்கோலை துண்டாக்காமல் அப்படியே பரப்புவது

ஒகயாமா ஆய்வு மையம் (Okayama Testing Centre) இப்பொழுது தன் ஆய்வு நிலத்தில் 80%தை நேரடி விதைவிதைக்கும் முறையில் சோதித்து வருகிறது. அதில் வைக்கோலைத் துண்டாக்காமல் அப்படியே போடுமாறு நான் ஆலோசனை கூறினேன். உடனே அவர்கள் இது சரியாக இராது என்று கூறிவிட்டு, அதை எந்திரங்களின் உதவியுடன் வெட்டி வயலில் போட்டு சோதித்தனர். நான் சில ஆண்டுகளுக்கு முன்பு அங்கு சென்றபோது, அங்கு மூன்றுவித சோதனைகள் நடந்து கொண்டிருந்தன. ஒரு பகுதியில் வெட்டப்பட்ட வைக்கோலுடனும், மறு பகுதியில் வெட்டப்படாத வைக்கோலுடனும், மூன்றாவதில் வைக்கோலே இல்லாமலும் பரிசோதித்துக் கொண்டிருந்தனர். இதைத்தான் நான் நீண்ட காலத்திற்கு முன்பே யோசித்து, துண்டாக்கப்படாத வைக்கோலே சிறந்தது என்ற முடிவுக்கு வந்துள்ளேன்.

யாசுகி வேளாண்மை உயர்நிலைப் பள்ளியைச் சேர்ந்த ஆசிரியர் பூஜி (Fujii) நேரடி விதைப்பு முறை வேளாண்மையைச் சோதித்துப் பார்க்க விரும்பி, என் பண்ணைக்கு வந்திருந்தார். நான் அவரிடம், வைக்கோலைத் துண்டாக்காமல் அப்படியே வயலில் போடுமாறு ஆலோசனை கூறினேன். அவர் அடுத்த ஆண்டு வந்து அம்முறை

தோல்வியில் முடிந்துவிட்டதாக கூறினார். அவர் என்ன செய்தார் என்று கவனமாக கேட்டேன். வைக்கோலை மிக ஒழுங்காக, அழகாக அடுக்கி வயல் மீது பரப்பியிருக்கிறார். அப்படி நீங்கள் செய்தால் விதைகள் முளைவிடவே விடாது. கீழ் விதைக்கப்பட்டிருக்கும் விதைகள் இந்த அடுக்குகளை மீறி வெளிவர சிரமப்படும். வைக்கோலை அங்கும் இங்கும், இயற்கையாய் விழுந்தால் எப்படி இருக்குமோ அப்படித் தூவினால் சிறந்த பயன்கிடைக்கும்.

நெற்பயிரின் வைக்கோல், மாரிக்கால பயிருக்கும், மாரிக்கால பயிரின் வைக்கோல், நெல்லுக்கும் நன்றாக பொருந்தி வருகின்றன. இதை நீங்கள் சரியாக புரிந்து கொள்ள வேண்டும். நெல்லின் வைக்கோலை நெற்பயிருக்கே போட்டால், அதில் இருக்கக்கூடிய நோய்பரப்பக்கூடிய கிருமிகள் பாதிப்பை ஏற்படுத்தக்கூடும். ஆனால் இந்நோய்கள் மாரிக்காலப் பயிரை தாக்குவதில்லை. நெற்பயிரின் வைக்கோல், மழையின் போது போடப்பட்டால், அடுத்த வசந்த காலத்திற்குள் நன்றாக மக்கிவிடும். புதிய நெல்லின் வைக்கோல் இதரப் பயிர்களுக்குச் சிறந்தது. பொதுவான விதி என்னவென்றால், போரடிக்கப்பட்ட பின்னர் மிஞ்சும் வைக்கோல், உமி போன்றவை ஒவ்வொரு அறுவடைக்குப் பின்னரும் வயலுக்கே திரும்பி விட வேண்டும் என்பது தான்.

வைக்கோல் பூமியை வளப்படுத்துகிறது

பரப்பப்படும் வைக்கோல் மண் அமைப்பை ஒழுங்கமைத்து, பூமியின் வளத்தை அதிகரிக்கிறது. அதனால் வேதியல் உரங்களுக்கு இங்கு வேலையில்லை. ஆனால் இது உழப்படாமல் இருப்பதோடு தொடர்புடையது. ஜப்பானிலேயே என் வயல் ஒன்றுதான் கடந்த இருபது ஆண்டுகளுக்கும் மேலாக உழப்படாமல் இருந்து வருகிறது. ஆனாலும் ஒவ்வொரு ஆண்டும் இதன் வளம் அதிகரித்து வருகிறது. இப்பொழுது என் நிலத்தின் மேற்பகுதி மண் 4 அங்குலம் அதிகமாக மக்கிய வளமான மண்ணுடன் இருக்கும் என்பது என் கணக்கு. இதற்கு முக்கிய காரணம், நிலத்தில் இருந்து பெறப்பட்ட அனைத்தையும், தானியம் தவிர, நிலத்திற்கே மீண்டும் அனுப்பிவிடுவதுதான்.

தழையுரத்தை தனியாகத் தயாரிக்கத் தேவையில்லை

தழையுரத்தைத் தனியாகத் தயாரிக்கத் தேவையில்லை.

தழையுரமே தேவையில்லை என்று நான் கூறமாட்டேன். அதைத் தனியாக சிரமப்பட்டு தயாரிப்பது தேவையற்றது என்பது தான் என் கருத்து. மழை பெய்தவுடன் வயலில் வைக்கோலை பரப்பிவிட்டு அதன் மீது கோழி எச்சங்களையோ வாத்து எச்சங்களையோ சிறிது போட்டுவிட்டால், ஆறு மாதத்தில் அவை நன்றாக மக்கிவிடும்.

வழக்கமான முறையில் தழையுரம் தயாரிக்க விவசாயி சுட்டெரிக்கும் வெயிலில், கடுமையாக பாடுபட்டுக் கொண்டிருப்பான். இதுதான் 'சிறந்த வழி' என்று நினைத்துக் கொண்டு, அவன் தன்னை இத்துன்பத்திற்கு ஆட்படுத்திக்கொள்கிறான். மக்கள் வயல்களில் சிரமப்படாமல் வைக்கோலையோ, தவிடையோ தூவுவதையே நான் விரும்புவேன்.

நான் மேற்கு ஜப்பானின் டொக்காய்டோ பகுதியில் பயணம் செய்தபோது அங்கு வைக்கோல் ஒழுங்கற்று வெட்டிவிடப்பட்டிருந்ததைக் கண்டேன். அதன் பெருமை அவ்விவசாயிகளையே சாரும். ஆனால் நவீன நிபுணர்கள் இன்னும் ஒரு கால் ஏக்கருக்கு இவ்வளவு கிலோ வைக்கோல்தான் போட வேண்டும் என்று பேசி வருகிறார்கள். எல்லாவற்றையும் வயலில் திருப்பிப்போட வேண்டும் என்று கூற ஏன் அவர்களுக்கு மனது வரமாட்டேன் என்கிறது? பல இடங்களில் விவசாயிகள் பாதி வைக்கோலை வயலில் போட்டுவிட்டு, மீதி மழையிலும் வெயிலிலும் நாசமடைய விட்டிருப்பதை நீங்கள் காணலாம்.

ஜப்பானில் உள்ள அனைத்து விவசாயிகளும் தங்கள் வயலில் இருந்து கிடைக்கும் வைக்கோலை மீண்டும் அதிலேயே போட்டால் எவ்வளவு தழையுரம் பூமிக்கே மீண்டும் திரும்பும்!

முளைவிடுதல்

பல நூறு வருடங்களாக விவசாயிகள் சிறந்த வலிமையான விதைகள் முளைவிடுவதற்காக, அதிக கவனத்தோடு நாற்றங்கால்களைத் தயார் செய்து வந்துள்ளனர். குடும்பத்தின் பூஜை அறை போல அவை கவனமாக சுத்தம் செய்யப்படும். அந்நிலம் உழப்பட்டு, சாம்பல், மணல் போன்றவை கலக்கப்பட்டுத் தயார் செய்யப்படும். நாற்று நன்றாக வரவேண்டும் என்று பிரார்த்தனைகளும் நடத்தப்படும்.

அதனால், நான் என்னுடைய வயலில், மாரிக்கால பயிர்கள் அறுவடை செய்யப்படுவதற்கு முன்பு, களைகளும் மக்கிக்

கொண்டிருக்கும் வைக்கோலும் கீழே கிடக்க, நெல்லை அதன் மீது தூவி விதைத்தபோது பக்கத்திலுள்ள விவசாயிகள் எனக்கு பைத்தியம் பிடித்துவிட்டது என்று நினைத்ததில் வியப்பில்லை.

நன்றாக தயார் செய்யப்பட்ட வயலில், நேரடியாக விதைக்கப்படும் விதைகள் எளிதாக முளைவிட்டுவிடுகின்றன. ஆனால் மழை பெய்து, நிலம் சகதியாகிவிடும்போது, நீங்கள் உள்ளிறங்கி வேலை செய்ய முடியாததால், விதை தூவுதல் தள்ளி வைக்கப்பட வேண்டியிருக்கும். மேலும் நேரடி விதைப்பில் ஏற்படும் மற்றொரு தொல்லை, எலி, சுவர்க்கோழி, ஒருவகை நத்தை போன்றவை விதைகளைத் தின்று விடுவதாகும். இதைக் தடுக்க எனது களிமண் உருண்டை முறை பயன்படும்.

மாரிக்கால பயிர் விதைப்பில், வழக்கமான முறை, விதைத்து விட்டு, அதில் மண்ணைப் போட்டு மூடிவிடுவதாகும். விதைகள் ஆழமாக போய்விட்டால் அவை அழுகிவிடும். நான் விதைகளை சிறு குழிகளுக்குள் போட்டும், நீண்ட குழிபறித்து அதில் போட்டு மூடியும் ஆய்வு செய்து பார்த்தேன். இருமுறைகளிலுமே தோல்விதான் ஏற்பட்டது.

அண்மையில் நான் மேலும் சோம்பேறியாகி விட்டதால், குழிகளுக்குப் பதிலாக, இவற்றிற்கும் களிமண் உருண்டைகளையே பயன்படுத்துகிறேன். முளைவிடுதல், மேல்மட்டத்தில் ஆக்ஸிஜன் அதிகமாக இருப்பதால் சிறந்ததாக இருக்கும். களிமண் உருண்டைகள் வைக்கோலால் மூடப்பட்டு இருக்கும்போது, விதைகள் நன்றாக முளைவிடும். அதிகமாக மழை பெய்தால்கூட அவை அழுகி விடுவதில்லை.

களைகளுக்கும் குருவிகளுக்கும் எதிராக வைக்கோல் பயன்படுகிறது

ஒரு கால் ஏக்கர் நிலம் 900 பவுண்ட் பார்லி வைக்கோலை உற்பத்தி செய்யும். அதை அந்நிலத்தில் போட்டால் நிலம் முழுவதும் மூடிவிடும். தண்டுப்புல் போன்ற தொல்லை கொடுக்கும் களை களைக் கூட இதன்மூலம் கட்டுக்குள் கொண்டு வந்துவிடலாம்.

குருவிகள் எனக்கு கொடுத்த தொல்லை சொல்லி மாளாது. பறவைகள் தொல்லையைக் கட்டுப்படுத்த சரியான வழி இல்லா விட்டால், நேரடி விதைப்பு, வெற்றி பெறாது. இதன் காரணமாகவே பல இடங்களில் நேரடி விதைப்பு பரவவில்லை. இதே குருவித்

தொல்லை உங்களில் பலருக்கு இருக்கலாம்; அதனால் நான் சொல்ல வருவது உங்களுக்கு சரியாகப் புரியும்.

நான் விதைக்க விதைக்க, என் பின்னாலேயே குருவிகள் வந்து பொறுக்கிச் சென்ற நேரங்களும் உண்டு. சோளக்கொல்லை பொம்மை, வலைகள், ஒலி எழுப்பும் டப்பாக்கள் போன்ற பலவற்றையும் சோதனை செய்து பார்த்து ஒன்றும் பலிக்கவில்லை. அப்படியே இம்முறைகளில் ஏதாவது ஒன்று பலனளித்தாலும், ஓரிரு ஆண்டுகளுக்கு மேல் தொடர முடியவில்லை.

என்னுடைய அனுபவப்படி, முந்தைய பயிர் அறுவடை செய்யப் படுவதற்கு முன்பே விதை விதைத்தால், அது தீவனப்பயிர் மற்றும் களைகளுக்கு இடையே மறைந்துவிடும். அறுவடை முடிந்தவுடன் வைக்கோலை அதன் மீது போட்டுவிடலாம். இம்முறையில் குருவிகளின் தொல்லை வெற்றிகரமாக சமாளிக்கப்படுகிறது.

நான் கடந்த ஆண்டுகளில் நடத்திய பல ஆய்வுகளில் ஏராளமான தவறுகளைச் செய்துள்ளேன். அநேகமாக எல்லாவித தோல்வி களையும் சந்தித்து உள்ளேன். ஜப்பானில் உள்ள வேறு எவரைக் காட்டிலும், வேளாண்மைப் பயிர் வளர்ப்பு எப்படி எப்படியெல்லாம் தவறாகப் போகலாம் என்று என்னால் கூற முடியும். உழாமல் முதல்முறையாக நெல் மற்றும் மாரிக்காலப்பயிரை வெற்றிகரமாகப் பயிர்செய்தபோது, கொலம்பஸ், அமெரிக்காவைக் கண்டுபிடித்த போது எவ்வளவு மகிழ்ச்சியடைந்திருப்பாரோ அதே அளவு மகிழ்ச்சி அடைந்தேன்.

நிலத்தில் நீர் தேக்காமல் நெற்பயிர்

ஆகஸ்ட் முதல் வாரத்தில் என் பக்கத்து வயலில் உள்ள நெற்பயிர் இடுப்பு உயரம் வளர்ந்திருந்தது. என் வயல்பயிரோ அதில் பாதி உயரம்தான் இருந்தது. ஜூலை கடைசியில் என் பண்ணைக்கு வந்த மக்கள், "ஃபுகோகா - சார், இந்த பயிர்கள் தேறிவிடும் தானே?" என்று வினவுவதுண்டு. "கண்டிப்பாக! கவலைப்படத் தேவையில்லை" என்று நான் பதிலிருப்பேன்.

பெரிய இலைகளுடன் கூடிய வேகமாக வளரும் உயர்ந்த நெல்வகைகளை நான் பயிரிடுவதில்லை. நான், பயிர்கள் ஒரளவு சிறியதாக இருக்குமாறு பார்த்துக்கொள்வேன்.

பொதுவாக மூன்று நான்கு அடி உயரம் இருக்கும் நெற்பயிர் பிரமாதமான இலைகளுடன் காட்சியளித்து, ஏராளமான தானியமணி களை அளிக்கக்கூடியது போன்ற தோற்றத்தை அளிக்கும். ஆனால் அவற்றின் இலைகளும் தழைகளும்தான் வளர்ந்திருக்கும், மாவுப் பொருளின் உற்பத்தி அதிகமிருந்தாலும், அதன் தரம் குறைவாக இருக்கும். பசுமை வளர்ச்சியில் அதிக சக்தி விரயமாகி, தானியமணி களில் சேமிக்க சக்தியிருக்காது (எ.கா.) 2000 பவுண்ட் முற்றிய கதிர்கள் இருந்தால் அதில் சுமார் 1000 முதல் 1200 பவுண்ட் வரை தான் தானிய மணிகள் இருக்கும். ஆனால் என் வயலில் விளைவது போன்ற குட்டையான ரகங்களில் 2000 பவுண்ட் தானியமணியும் இருக்கும். செழிப்பான அறுவடைகளின் போது என் வயலில் 2400 பவுண்ட் வரை தானியமணிகள் கிடைத்திருக்கின்றன. அதாவது கதிரைவிட அதிகமாக 20 சதவீதம்.

அதிகம் நீர் தேக்கி வைக்கப்படாத நிலத்தில் விளையும் பயிர்கள் உயரமாக வளருவதில்லை. சூரிய வெளிச்சம் பரவலாக செடியின் அடி வரை செல்கிறது. ஆறு நெல்மணிகளை உருவாக்க ஒரு சதுர அங்கு லம் இலை போதுமானது. ஒரு கொத்தில் நூறு மணிகள் உருவாக்க, ஒரு தண்டிற்கு மூன்று நான்கு இலைகளே போதும். நான் கொஞ்சம் நெருக்கமாகவே விதைப்பேன். அதனால் ஒரு சதுரடிக்கு 250 முதல் 300 மணிகள் வரை (20 முதல் 25 செடிகள்) விளைவிக்கும் கதிர்கள்

கிடைக்கும். பெரியதாக இல்லாமல், அடர்த்தியாக வளர்த்தால், செழிப்பான அறுவடை கிடைப்பது உறுதி. இம் முறையைப் பார்லி, கோதுமை, ஓட்ஸ், சோளம் போன்றவற்றிற்கும் கடைபிடிக்கலாம்.

ஆனால் வழக்கமான முறை, பயிரிடும் காலம் முழுவதும் பாத்திக்குள் நீரைத் தேக்கி வைப்பதாகும். இப்படி பல நூற்றாண்டுகளாக செய்து வந்திருக்கும் விவசாயிகள், வேறு முறையிலும் நெற்பயிரை வளர்க்கலாம் என்று கூறினால் நம்பமாட்டார்கள். நிலத்தை உழுது, நீர்த்தேக்கி வைத்து, இப்படி வளர்க்கப்படும் பயிர்கள் வலிமையாக இருப்பது உண்மைதான் என்றாலும் அது பயிருக்கு நல்லதல்ல. நெற்பயிர், நிலத்தின் நீர் - தக்கவைத்துக் கொள்ளும் திறனில் 60 முதல் 80 சதவீதம் வரை நீர் தேக்கி வைக்கப்படும் போதுதான் சிறப்பாக விளைகிறது. நிலத்தில் நீர் வெள்ளமெனபாய விட்டிருக்காமல் இருக்கும்போது, அதன் வேர்கள் ஆழமாக ஊடுருவுகின்றன. மேலும் அவை பூச்சிகள் மற்றும் நோய்த் தொல்லையில் இருந்து காத்துக் கொள்ளும் திறனை அவற்றிற்கு அளிக்கின்றன.

நிலத்தில் நீர் தேக்கி வைக்கப்படுவதற்கு முக்கிய காரணம் களை களைக் கட்டுப்படுத்துவதற்குதான். அச்சூழலில் ஒருசில குறிப்பிட்ட களைகள் மட்டுமே வாழ இயலும். அதிலும் தப்பிப் பிழைத்தவைகள் கையாலோ, சிறு கருவிகள் உதவியாலோ பிடுங்கி எறியப்படும். பாரம்பரிய முறைப்படி, இந்த முதுகொடியும் வேலை, பயிர் வளரும் பருவத்திற்குள் பலமுறை செய்யப்படவேண்டும்.

ஜூன் மாதத்தில் மழைப்பருவத்தில், நான் வயலில் சுமார் ஒரு வார காலத்திற்கு நீரைத் தேக்கி வைப்பேன். சாதாரண களைகள் ஆக்சிஜன் கிடைக்காமல் மரித்துவிடும். தீவனப்பயிர் தளர்ந்து மஞ்சளாகி விடும். இதன் நோக்கம் தீவனப்பயிரை கொல்வதல்ல; நெல்பயிர் தன்னை நிலைநிறுத்திக் கொள்ளும்வரை அதை பலகீனப்படுத்துவதாகும். நீர் வற்றியதும், தீவனப்பயிர் தேறி, நெற்பயிருக்கு கீழே, வயலின் மட்டத்தில் படரும். அதன் பின் நீர் நிர்வாகம் என்ற பேச்சே கிடையாது. மழை குறைவாகப் பெய்யும் காலங்களில் கூட பரப்பி இருக்கும் வைக்கோலும், பரவி இருக்கும் தீவனப்பயிரும் ஈரத்தை தக்க வைத்துக் கொள்ளும். ஆகஸ்டில் சிறிது நீர்பாய அனுமதித்தாலும், தேங்க விடுவதில்லை.

என் வயலில் விளைந்திருக்கும் ஒரு நெற்பயிரை ஒரு விவசாயியிடம் காண்பித்தால், அது ஒரு நெய்பயிர் எப்படி இருக்க வேண்டுமோ அப்படி இருப்பதை உடனே கண்டு கொள்வான். அது நாற்று நட்டு வளர்க்கப்படாமல் தானாக வளர்ந்ததையும், அதிக நீர்

தேக்கி வைக்கப் படாமல் வளர்ந்ததையும், வேதியல் உரங்கள் அதற்கு இடப்பாமல் இருந்ததையும் அவன் புரிந்து கொள்வான். நடுத்தண்டு, பயிரின் ஒட்டு மொத்த வடிவம், வேர்களின் வடிவம் ஆகியவைகளைக் கொண்டு எந்த ஒரு விவசாயியும் இதை எளிதாகக் கூறிவிடுவான். செம்மையான வடிவத்தை நீங்கள் அறிந்திருக்கும் பட்சத்தில், உங்களது வயலில் உங்களுக்கு ஏற்ற சூழ்நிலையில் அதை எப்படி வளர்ப்பது என்பது தான் தெரிந்து கொள்ளப்பட வேண்டும்.

பேராசிரியர் மாட்சுஷிமா கூறுகிறார். செடியின் நுனியில் இருந்து நான்காவதாக இருக்கும் இலை பெரிதாக இருந்தால் சிறந்தது என்று. ஆனால் நான் அவரோடு முரண்படுகிறேன். சில சமயங்களில் இரண்டாவது, மூன்றாவது இலை பெரிதாக இருக்கும்போது கூட அறுவடை அதிகமாக இருப்பதுண்டு. வளரும் போது வளர்ச்சியை இடையே நிறுத்தினால் முதல் இலை அல்லது இரண்டாவது இலை பெரிதாகிவிடும். பேராசிரியரது ஆய்வுகள் ஆய்வுக்கூடத்தில், நலிவான நெற்பயிரை வைத்து நடத்தப்பட்டவை. ஆனால் என் வயலில் வளர்பவை, ஒரு நெற்பயிருக்கு உண்டான இயற்கையான வாழ்க்கைச் சுழற்சியோடு ஒத்து வளர்பவையாகும். நான் நெற்பயிரை அதன் போக்கில் வளர விட்டுவிட்டு, பொறுமையாக காத்திருப்பேன்.

அண்மைக் காலங்களில் நான் தெற்கிலிருந்து கிடைத்த ஒரு வகையான களியான நெல்ரகம் ஒன்றைப் பரிசோதித்து வருகிறேன். மழையின் போது விதைக்கப்படும் ஒவ்வொரு விதையும், பன்னிரண்டு பயிர்களை உருவாக்கும். அவை ஒவ்வொன்றும் 250 தானியமணி களைக் கொண்டிருக்கும். இந்த வகையைக் கொண்டு, ஒருநாள், இவ் வயலுக்கு கிடைக்கிற சூரியசக்தியில் இருந்து, கோட்பாட்டு ரீதியாக எவ்வளவு உயர்ந்தபட்ச அறுவடையைப் பெறமுடியுமோ அதைப் பெறுவேன் என்று நான் நம்புகிறேன். இந்த வகையைக் கொண்டு, என் வயலின் சில பகுதிகளில் 27 1/2 கோட்டைவரை அறுவடை செய்துள்ளேன்.

ஒரு தொழில் நிபுணனின் சந்தேகக் கண்கொண்டு பார்த்தால் நெல் பயிர்செய்யும் என்முறை, குறுகிய காலத்தில் மட்டும் இவை பலன ளிக்கும் என்று கூறப்படக்கூடும். "இச்சோதனை இன்னும் சிலகாலம் தொடர்ந்தால், வேறு சில பிரச்சனைகள் கண்டிப்பாக தலை தூக்கும்" என்று அவன் கூறக்கூடும். ஆனால் நான் இந்த முறையில் இருபது ஆண்டுகளாகப் பயிர் செய்து வந்துள்ளேன். சாகுபடி ஆண்டுக்கு ஆண்டு அதிகரிக்கிறது. மண்வளம் மேலும் மேலும் பெருகி வருகிறது.

பழ மரங்கள்

என் வீட்டிற்கு அருகே உள்ள மலைப்பகுதியில் நான் பல வகையான ஆரஞ்சு மரங்களை வளர்த்து வருகிறேன். போர் முடிந்து, நான் முதலில் விவசாயத்தை துவக்கிய போது, 1 3/4 ஏக்கரில் ஆரஞ்சு தோட்டமும், 3/8 ஏக்கரில் நெல்வயலும் உருவாக்கினேன். இன்று ஆரஞ்சுத்தோட்டம் மட்டும் 12 ஏக்கர் அளவு வியாபித்துள்ளது. எல்லோராலும் கைவிடப்பட்ட இக்குன்று பூமியை நான் வாங்கி, அதை என் கைகளால் சரி செய்தேன்.

சில ஆண்டுகளுக்கு முன்பு இச்சரிவில் இருந்து வந்த பைன் மரங்கள் முழுவதுமாக வெட்டப்பட்டுவிட்டன. நான் செய்ததெல்லாம் வரிசையாக குழி தோண்டி, ஆரஞ்சு கன்றுகளை நட்டதுதான். அது துளிர் விடத்துவங்கியதும் கூடவே புற்களும் வளரத்துவங்கின. இன்று பழமரங்கள் பசுமையான சூழ்நிலையில் தலை நிமிர்ந்து நிற்கின்றன.

நான் பல யூகலிப்டஸ் மரங்களை வெட்டி விட்டாலும் சிலவற்றைக் காற்றைத் தடுப்பதற்காக விட்டு வைத்துள்ளேன். பின் புதர்ச் செடி களை வெட்டி எறிந்து விட்டு, தீவனப்பயிரை வளர்த்தேன். அவை பூமியின் மேற்பரப்பை மூடின.

ஆறு, ஏழு ஆண்டுகளுக்குப் பிறகு, ஆரஞ்சு மரங்கள் பழங்களைத் தரத்துவங்கின. மரங்களுக்கு பின்னால் இருந்த மண்ணை அகற்றி அதில் படிக்கட்டு வேளாண்மை (Terrace Farming) செய்தேன். இத னால் இப்பழத்தோட்டம், மற்றவைகளிலிருந்து வேறுபட்டு இருக்கும்.

ஆனால் நான் இயற்கை வேளாண்மையின் நான்கு அடிப்படை விதிகளான, உழாதிருத்தல், வேதியல் உரங்கள், பூச்சி கொல்லிகள், களைக்கொல்லிகள் ஆகியவற்றை பயன்படுத்தாமல் இருத்தல், ஆகியவற்றைத் தொடர்ந்து இங்கும் கடைபிடித்தேன். இதில் ஒரு சுவையான செய்தி என்னவென்றால், முதலில் வெட்டப்பட்டு முளை விட்டிருந்த மரங்களுக்கு இடையே, பழக்கன்றுகள் வளர்ந்தபோது பூச்சித் தொல்லையே இல்லை. மீண்டும் முளை விட்டவைகளையும், புதர்களையும் அடியோடு வெட்டிவிட்டவுடன் பூச்சிகள் தோன்றின.

ஒரு பழமரத்தை முதலில் இருந்தே இயற்கையான வடிவத்தில் வளரவிட்டுவிடுவது சிறந்தது. அப்படிச் செய்யும்போது, அவை ஒவ்வொரு வருடமும் பழம் காய்க்கும். அதை வெட்டிவிடத் தேவை யில்லை. ஆரஞ்சு பழமரமும், பைன், தேவதாரு போன்ற மரங்களைப் போன்றே, மத்தியில் ஒரேஒரு தண்டையும் அதைச்சுற்றிப் பக்கத்திற்கு ஒன்றாக கிளைகளையும் கொண்டிருக்கும். எல்லா வகை ஆரஞ்சு மரங்களும் ஒரே அளவிலும், வடிவிலும் வளர்வதில்லைதான். சில வகைகள் குள்ளமாகவும், சில உயரமாகவும், சில பருமனாகவும் வளர்ந் தாலும், எல்லாமே ஒரே ஒரு மத்திய தண்டைக் கொண்டிருக்கும்.

இயற்கையான இரையினங்களை கொல்லாதீர்

பழமரங்களில் சாதாரணமாக காணப்படும் ''பூச்சி''களுக்கு இயற்கையான இரையினங்கள் உண்டு என்பதையும் அதனால் அவற்றை கட்டுப்படுத்த பூச்சிகொல்லிகளைப் பயன்படுத்தத் தேவை யில்லை என்பதையும் அனைவரும் அறிந்திருப்பார்கள் என்று நினைக்கிறேன். ஒரு சமயம் ஜப்பானில் ஃபுகால் என்ற பூச்சிக்கொல்லி பயன்படுத்தப்பட்டது. அதனால் இயற்கையான இரையினங்கள் ஒட்டுமொத்தமாக அழித்தொழிக்கப்பட்டன. அதனால் ஜப்பானி லுள்ள சில பண்ணைகளில் இன்றுகூட பிரச்சனை உள்ளது. இந்த அனுபவத்தின் மூலம் இயற்கையான இரையினத்தை அழித் தொழிப்பது நீண்ட கால நோக்கில் மேலும் பூச்சியினத் தொல்லை யையே உருவாக்கும் என்பது பெரும்பான்மையான விவசாயிகளுக்கு புரிந்திருக்கும் என எண்ணுகிறேன்.

சிறு பூச்சிகளைக் கட்டுப்படுத்த ஒரு வழி இருக்கிறது. அவ்வள வாக ஆபத்தற்ற வேதியல் பொருளான எந்திர எண்ணையை 200 முதல் 400 மடங்கு நீர்க்கச் செய்து, அதை ஜுன் மாத மத்தியில் மரங்களில் தெளித்தால் நல்ல பலனிருக்கும். இதற்கு முன்பு பாஸ்பரஸ் அடங்கிய கரிமப் பூச்சிக்கொல்லி பயன்படுத்தப்பட்டிருந்தால், இது அதிகப் பலனளிக்காது; ஏனெனில் அந்த வேதிப்பொருள் இயற்கை யான இரையினங்களையும் சேர்த்து அழித்துவிடும்.

இதற்காக நான், அதிக ஆபத்தற்றது என்று கூறப்படுகிற எந்திர எண்ணைக்கரைசல், உப்பு -பூண்டு கரைசல் போன்ற ''கரிம'' பூச்சிக் கொல்லிகளை ஆதரிக்கிறேன் என்றோ, தொல்லை தரும் பூச்சியினங் களைக் கட்டுப்படுத்த அந்நிய இரையினம் அங்கு அறிமுகப்படுத்தப் படுவதை வரவேற்கிறேன் என்றோ பொருளல்ல. இயற்கை வடிவில்

இருந்து மரங்கள் விலகிச் செல்லும் போது, அவை பூச்சித் தாக்குதலுக்கு ஆளாகும் வாய்ப்புகள் அதிகரிக்கின்றன. இயற்கையற்ற ஒரு முறையில் வளர்க்கப்படும் மரங்கள், கவனிக்கப்படாமல் கைவிடப் படுமானால், கிளைகள் வளைந்து பலமின்றி பூச்சித் தாக்குதலுக்கு உள்ளாக நேரிடும். நான் எவ்வாறு நூற்றுக்கணக்கான பழமரங்களை இப்படி இழந்தேன் என்பதை முன்பே கூறியிருக்கிறேன்.

மரங்கள் மெதுவாக திருத்தப்பட்டு வந்தால், கிட்டத்தட்ட அதன் இயற்கை வடிவத்திற்கு திரும்பிவிடும். மரங்கள் வலுவாகி, பூச்சிகளை கட்டுப்படுத்த வேண்டிய தேவை இல்லாமல் போய்விடும். நாற்றுப் பண்ணைகளில் வளர்க்கப்படும்போதே கன்றுகள் பல வெட்டிவிடப் பட்டும், வேர்கள் சேதமடைந்தும் விடுவதால், வளர்ந்தபிறகும் அவற்றிற்கு வெட்டிவிடுதல் தேவைப்படுகிறது.

பழத்தோட்ட மண்வளத்தை அதிகரிக்க, நான் பலவகையான மரங்களை நட்டு வருகிறேன். அதில் ஒன்றுதான் மோரிஷிமா வேல மரம். இம்மரம் வருடம் முழுவதும் அனைத்து பருவங்களிலும் மொட்டுகளை உண்டாக்கும். இம்மொட்டுகளை உணவாகக் கொள்ளும் செடிப்பேன்கள் ஏராளமான எண்ணிக்கையில் பெருகி விடும். அதை உணவாகக் கொள்ளும் சிறு வண்டினமும் அதனால் பெருகிவிடும். இவ்வண்டினம் அனைத்து செடிப் பேன்களையும் தின்றுவிட்ட பிறகு, பழமரங்களுக்கு இறங்கி, அங்குள்ள இதர சிறு பூச்சியினங்களையும் சாப்பிடத் துவங்கும்.

வெட்டிவிடாமல், உரமிடாமல், வேதிப்பொருட்களைத் தெளிக்காமல் பழமரங்களை வளர்ப்பது, இயற்கையான சுற்றுசூழலில் மட்டும்தான் சாத்தியம்.

பழம் விளையும் பூமி

பழத்தோட்ட நிர்வாகத்தைப் பொறுத்தவரை, மண்வளப் பாதுகாப்புதான் முக்கியமான செய்தியாகும். வேதியல் பொருட்களை பயன்படுத்தினால், மரங்கள் பெரிதாக வளரும் என்பது உண்மை யானாலும், நாளடைவில் மண்ணில் வளங்கள் சுரண்டப்பட்டுவிடும். ஒரு தலைமுறைக்குப் பயன்படுத்தினாலே மண் கடுமையாக பாதிக்கப்பட்டுவிடும்.

முழுமையான மண்வள மேம்பாடுதான் வேளாண்மையைப் பொறுத்தவரை அறிவுபூர்வமான வழியாகும். இருபது ஆண்டுகளுக்கு முன்பு, இப்பூமி மொட்டையான சிகப்பு களிநிலமாக இருந்தது. மண்வெட்டி உள்ளே இறங்காது. அதில் சிலகாலம் உருளைக்கிழங்கு பயிரிட்டுவிட்டு, பின்னர் அதையும் கைவிட்டுச் சென்றுவிடுவர். நான் ஆரஞ்சு மரங்களையும், காய்கறிகளையும் வளர்த்தேன் என்பதைவிட, இவ்விடத்தின் மண், தான் இழந்த வளத்தைப் பெற உதவினேன் என்று கூறுவது பொருத்தமாக இருக்கும்.

நான் இந்த மொட்டை மலைச்சரிவுகளை எப்படி மீட்டு வந்தேன் என்று கூறட்டுமா? போருக்குப் பின்னர் பழத்தோட்டத்தில் ஆழமாக உழுவதும், பெருங்குழிகள் தோண்டி அதில் இலை தழைகளைப் போடுவதும் பெரிதும் ஊக்குவிக்கப்பட்டன. நான் சோதனை மைய வேலையை விட்டுவிட்டு வந்ததும், என் பண்ணையிலும் இதே முறையை சோதித்தேன். சில ஆண்டுகளுக்குப் பிறகு, இம்முறை முதுகொடிக்கும் வேலையைக் கொண்டிருக்கிறதே தவிர, மண்வள மேம்பாட்டிற்கு எவ்வகையிலும் உதவவில்லை என்பதை உணர்ந்து கொண்டேன்.

முதலில் மலையிலிருந்து வைக்கோலையும், பரணியையும் கொண்டு வந்து புதைத்தேன். அது ஒரு கடினமான பணியாக இருந்து வந்தது, இரண்டு, மூன்று ஆண்டுகளுக்கு பிறகு, அதற்கும் பஞ்சம் வந்தது.

பின்னர் விறகுகளை புதைத்துப் பார்த்தேன். வைக்கோல் சிறந்தது

என்றாலும், இடம் பெரிதாக இருந்ததால், விறகுகள் பொருத்த மாகப்பட்டது. வெட்டப்படுவதற்கு மரங்கள் இருக்கும் பட்சத்தில் பிரச்சனை ஒன்றுமில்லை. அருகில் மரங்கள் இல்லாவிட்டால், பழத்தோட்டத்திலேயே வளர்ப்பது சிறந்ததாகும்.

என் பழத்தோட்டத்தில் ஆரஞ்சு மரங்களுக்கு இடையே பைன், தேவதாரு, பேரி, நாட்டுப்பழ மரங்கள், ஜப்பானிய செர்ரி, அமெரிக்க ஈச்சை, சில பாரம்பரிய வகைகள் போன்ற மரங்களும் இருந்தன. அதில் மிகவும் முக்கியமானது, நான் ஏற்கனவே குறிப்பிட்டிருந்த மோர்ஷிமா வேலமரம். அந்த மரம் வலுவானது; அதன் பூக்கள் தேனீக்களைக் கவரக்கூடியது; அதன் இலைகள் தழையுரமாகச் சிறந்தது. இது ஒரு காற்றுத்தடுப்பானாகவும், பூச்சித் தொல்லை காப்பானாகவும், அதன் வேர்களில் இருக்கும் ஒருவகை நுண்ணுயிர்கள் மூலம் மண்வள மேம்பாட்டுக்கு உதவுவதாகவும் விளங்குகிறது.

இம்மரம் ஆஸ்திரேலியாவில் இருந்து பல ஆண்டுகளுக்கு முன்பு கொண்டுவரப்பட்ட ஒன்றாகும். நான் பார்த்த மரங்களிலேயே மிக வேகமாக வளர்வது இதுதான். ஒரு சில மாதங்களுக்குள் நன்றாக வேர்விட்டு, ஆறு, ஏழு ஆண்டுகளில் ஒரு தந்திக்கம்பம், உயரம் வரை வளர்ந்து விடும். இது நைட்ரஜன் சத்தை மண்ணுக்கு ஊட்டுவதாகவும் இருப்பதால் ஆறு முதல் பத்து வரை இம்மரங்களை நட்டாலே போதும் மண் வளம் கணிசமாக உயர்வடைந்து விடும்.

மேல்மண்ணைப் பொறுத்தவரை நான் தீவனப்பயிரையும், ஒருவகை புல்வகையையும் விதைத்தேன். அவை வளரத்துவங்க பல ஆண்டுகள் பிடித்தது. கடைசியாக அவை வளர்ந்து பழத் தோட்டத்தின் மேல்மண்ணை மூடியது. நான் ஜப்பானிய முள்ளங்கி யையும் பயிரிட்டேன். இந்த காய்கறி ஆழமாக ஊடுருவி அதில் காற்று மற்றும் நீர் அதிகம் புகுவதற்கு உதவியதோடு, கரிமச் சத்து அதிகரிப்பதற்கும் வகை செய்தது. இது தானாகவே பெருகிக் கொள்ளும் என்பதால், இதை ஒருமுறை விதைத்துவிட்டால், மறந்து விடலாம்.

மண் வளமாகத் தொடங்கியதும் களைகள் மீண்டும் வளரத் துவங்கின. ஆறு, ஏழு ஆண்டுகளுக்குப் பிறகு, தீவனப்பயிர்கள், களைகளுக்கு நடுவே மறைந்தே போயின. அதனால் கோடையில் நான் களைகளை வெட்டி விட்டு, மேலும் தீவனப்பயிர் விதைகளைத் தெளித்தேன். இந்த களைகள், தீவனப்பயிர்கள், பூமியின் மேற்பரப்பை மூடியிருப்பதால், முரட்டு செங்களிமண் பூமியாக இருந்த இந்த இடம்,

கடந்த இருபத்தைந்து ஆண்டுகளில், மிருதுவான, கருமை நிறமுடைய, கரிமச்சத்துக்கள் மற்றும் மண்புழுக்கள் நிறைந்த நிலமாக மாறிவிட்டது.

பூமியின் மேற்பரப்பை மூட இந்த பசுங்கம்பளங்களும், பூமியின் ஆழத்தை வளப்படுத்த மோரிஷிமா வேலமரத்தின் வேர்களும் இருப்பதால், வேதியல் உரங்களை பயன்படுத்த வேண்டிய தேவையோ, மண்ணைக் கொத்திக் கொடுக்க வேண்டிய வேலையோ அங்கு கிடையாது. கீழே பசுங்கம்பளம் சுற்றிவர காற்றுத் தடுப்பானாக மரங்கள், நடுவே ஆரஞ்சு மரங்கள். நான் கவலைப்படுவதை கைவிட்டுவிட்டேன். அப்பழத்தோட்டம் அதைத் தானாகவே கவனித்துக் கொள்ளும்.

காட்டுச் செடிகள் போல காய்கறிகள் வளர்ப்பு

காய்கறி வளர்ப்பு பற்றி பார்ப்போமா? வீட்டுத் தேவைக்கான காய்கறிகளை, வீட்டின் பின்புறம் வளர்க்கலாம் அல்லது பயன் படுத்தப்படாமல் இருக்கும் திறந்த வெளிகளை இதற்கு பயன்படுத்திக் கொள்ளலாம்.

வீட்டுப் பின்புற தோட்டத்தைப் பொறுத்தவரை, இலைதழை உரங்களைக் கொண்டு தயார் செய்யப்பட்ட பூமியில், சரியான சமயத்தில், சரியான காய்கறிகளை வளர்ப்பது மட்டும் போதுமானது. புராதன ஜப்பானிய முறைக் காய்கறி வளர்ப்பு, இயற்கையோடு ஒத்திருந்தது. வீட்டின் பின்புறம் உள்ள பழமரங்களின் அடியில் குழந்தைகள் விளையாடிக் கொண்டிருக்கும்; பன்றிகள் சமையலறை மீதங்களைத் தின்று கொண்டிருக்கும்; நாய் குலைத்துக் கொண்டு, விளையாடிக் கொண்டிருக்க விவசாயி வளமான மண்ணில் விதைத்துக் கொண்டிருப்பார். காய்கறிகளுடன் வளரும் பூச்சிகளையும், புழுக்களையும், கோழி கொத்தி தின்றுவிட்டு, குழந்தைகள் சாப்பிட முட்டையிடும்.

ஜப்பானிய கிராமப்புற குடும்பம் இப்படித்தான் காய்கறிகளை வளர்த்து வந்தது. ஆனால் இது சுமார் இருபது ஆண்டுகளுக்கு முந்தைய கதை.

பாரம்பரிய வகைகளைச் சரியான சமயத்தில், வளர்த்துக் கொண்டு மண்ணை ஆரோக்கியமாக வைத்துக் கொண்டு, நிலத்தில் இருந்து கிடைக்கும் அனைத்து கரிம பொருட்களின் மிச்சங்களை மீண்டும் நிலத்திற்கே அளித்துக் கொண்டு, மாற்றுப்பயிர் முறையை நடை முறையில் செய்து கொண்டு வந்தால், தாவர நோய்கள் நெருங்காது. கேடு விளைவிக்கும் பூச்சிகளை கோழிகள் கொத்தித்தின்றுவிடும்; அல்லது நாம் பொறுக்கிவிடலாம். ஷிகோகுவிலுள்ள ஒருவகைக் கோழிகள், காய்கறிகளில் இருக்கும் பூச்சிகளையும், புழுக்களையும், காய்கறிகளையும், தாவரத்தையும் சேதப்படுத்தாது விழுங்கி விடுகின்றன.

மனிதக் கழிவுகளையும், விலங்குகளின் எச்சத்தையும் பயன்படுத்துவது அசிங்கமான, அநாகரீகமான செயலாக முதலில் சிலர் எண்ணக்கூடும். இன்று மக்கள் மண்ணையே பயன்படுத்தாது, வெப்பக் கூண்டுக்ளில் பயிரிடப்படும் "சுத்தமான" காய்கறிகளையே விரும்புகின்றனர். செயற்கை வெளிச்சத்தைப் பயன்படுத்தி, வேதியற்பொருட்களின் உதவியோடு பிளாஸ்டிக் கூடங்களில் இன்று காய்கறிகள் வளர்க்கப்படுகின்றன. வேதியல் ரீதியாக வளர்க்கப்படும் இக்காய்கறிகளை "சுத்தமானது" என்றும் பாதுகாப்பானது என்றும் நினைத்து மக்கள் அதை உண்பது வேடிக்கையானது. மண் புழுக்கள் மற்றும் இதர நுண்ணுயிர்களின் செய்கைகளாலும், இலை தழையுரங்கள் மக்கிப் போவதாலும் வளப்படுத்தப்பட்டிருக்கும் மண்ணில் விளையும் காய்கறிகளே சுத்தமானது; ஊட்டச்சத்து மிக்கது.

காட்டுச்செடிகள் வளர்ப்பது போன்ற முறையில், காய்கறிகளை திறந்தவெளியில் வளர்க்கும்போது, விதைகளை எறிந்து தூவி, களை களின் ஊடே வளர்ப்பது என் முறையாகும். ஆரஞ்சு மரங்களுக்கு இடையே உள்ள மலைச்சரிவில் நான் இவ்வாறு காய்கறிகளை வளர்த்து வருகிறேன்.

விதைப்பதற்கு எது சரியான நேரம் என்பதை அறிவது தான் இதில் முக்கியமானது. வசந்தகால காய்கறிகளுக்கு, மாரிக்கால களைகள் மரித்து, கோடைக்கால களைகள் முளைவிடத் துவங்குவதற்கு முந்தைய காலம் ஏற்ற சமயம். மாரிக்கால காய்கறிகளுக்கு கோடைக் கால களைகள் மறைந்து, மாரிக்கால களைகள் விளையத் துவங்கு முன்பு உள்ள காலம் ஏற்றதாகும்.

மழைக்காக காத்திருப்பது சாலச் சிறந்தது. களைகளை வெட்டி விட்டு அதில் காய்கறி விதைகளைப் போட்டு மூடத்தேவையில்லை. வெட்டப்பட்ட களைகளை அதன் மீது போட்டு விட்டால் போதும். அது மக்கி உரமாவதுடன், பறவைகள் விதைகளை பொறுக்கி விடாமல் மறைக்கவும் உதவும். காய்கறிச் செடிகள் தலைதூக்கும் வரை, களைகளை ஓரிரு முறை வெட்டிவிட வேண்டியிருக்கும்.

களைகளும், தீவனப்பயிரும் நெருக்கமாக இல்லாத இடங்களில், காய்கறி விதைகளை எறிந்து தூவி விட வேண்டும். கோழிகள் சிலவற்றை தின்றுவிடும் என்றாலும், நிறைய விதைகள் முளை விட்டுவிடும். எறிந்து தூவாமல், வரிசையாக நட்டால், கோழிகள், வண்டுகள் மற்றும் பிற பூச்சியினங்கள் அனைத்தையும் தின்றுவிட வாய்ப்புகள் அதிகம். ஏனெனில் அவை நேர்கோட்டில் நடக்கும்.

கோழிகள் ஓரிடத்தில் விதைகளை கண்டுவிட்டால், அதையொட்டி கிளறிக் கொண்டிருக்கும். என்னைப் பொறுத்தவரை தூக்கியெறிவது சிறப்பானதாகும்.

இப்படி வளர்க்கப்படும் காய்கறிகள், மக்கள் நினைப்பதைக் காட்டிலும் வலுவானது. களைகளுக்கு முன்பு தலைதூக்கிவிட்டால், அவை நன்றாக வளர்ந்து விடும். காரட் போன்ற சில காய்கறிகள் எளிதில் முளைவிடாது. அவைகளை நீரில் ஓரிரு நாட்கள் ஊற வைத்து, களிமண் உருண்டையில் வைத்து விதைத்துவிடலாம்.

ஜப்பானிய முள்ளங்கி போன்ற பசுமை நிறைந்த இளவேனிற்கால காய்கறிகள் கொஞ்சம் அதிகமாக விதைத்துவிட்டால் அவைகள் வசந்தகால மற்றும் துவக்க மாரிக்கால களைகளுடன் வெற்றிகரமாக போட்டியிட்டு விளைந்துவிடும். அவற்றில் சிலவற்றை அறுவடை செய்யாமல் விட்டுவிட்டால், அவை ஆண்டு தோறும் மீண்டும் விதையிடாமலே முளைத்துக் கொள்ளும் அவைகளுக்கு என்று ஒரு தனிச் சுவையும் மணமும் உண்டு.

மலைச்சரிவில் நமக்கு பரிச்சயமற்ற காய்கறிச் செடிகள் பலவும் ஆங்காங்கு முளைத்து நிற்கும் காட்சி உற்சாகமூட்டுவதாக இருக்கும். ஜப்பானிய முள்ளங்கி போன்றவை பாதி நிலத்தை ஒட்டியும், பாதி நிலத்திற்கு உள்ளும் விளையக் கூடியவை. கேரட் போன்றவை குள்ளமாக, குண்டாக நிறைய வேர்தண்டுகளுடன் வளரும். பூண்டு, வெங்காயம், போன்றவைகளை ஒருமுறை விதைத்துவிட்டால், தொடர்ந்து அவை ஒவ்வொரு ஆண்டும் முளைத்துவிடும்.

பயரினங்களுக்கு வசந்தகாலம் ஏற்றது. பீன்ஸ், பட்டாணி போன்றவை எளிதாக வளர்ந்து நல்ல மகசூலை அளிக்கும். இவற்றிற்கு விரைவில் முளைவிடுதல் இன்றியமையாதது. மழையில்லாமல் அவை முளைவிடுவது சிரமம். மேலும் பறவைகள் மற்றும் பூச்சிகளிடமிருந்து அவற்றை பாதுகாக்க வேண்டும்.

தக்காளி, கத்திரி போன்றவை, இளமையாக இருக்கும்போது, அவைகளால் களைகளோடு போட்டியிட முடியாததால், அவற்றை தனிப்பாத்தியில் வளர்த்து பின்னர் பிடுங்கி நடவேண்டும். தக்காளிச் செடிகளை தூக்கி நிறுத்துவதை விடுத்து, தரையில் படர அனுமதிக்க வேண்டும். இது அதிகப் பலனை அளிக்கும்.

வெள்ளரியைப் பொறுத்த வரை தரையில் படரும் வகையே சிறந்தது. முளைக்கத் துவங்கிய புதிதில், களைகளை வெட்டி

விட்டுவிட்டால், பின்னர் அவை வலுவாக ஊன்றிக் கொள்ளும். சிறிய கிளைகள், மூங்கில்களை நட்டுவிட்டால், வெள்ளரிக்கொடி அதில் படர்ந்து கொள்ளும்; காய்கள் மண்ணில் பட்டு வீணாகாது இருக்கும். சுரை மற்றும் முலாம்பழத்திற்கும் இது பொருந்தும்.

உருளைக்கிழங்கு, சேம்பு போன்றவை மிகவும் வலுவானவை. ஓரிடத்தில் நட்டுவிட்டால், அவை ஒவ்வொரு ஆண்டும் அதே இடத்தில், களைகளை மீறி வளர்ந்துவிடும். அறுவடை செய்யும்போது சிலவற்றை அப்படியே விட்டுவிட வேண்டும். மண் கடினமாக இருந்தால், முதலில் முள்ளங்கி பயிரிடப்பட வேண்டும். அவற்றின் வேர்கள் பூமியைக் கொத்திக் கொடுத்து, நிலத்தை மிருதுவாக்கிவிடும். சில பருவங்களுக்கு பின்னர் அவ்விடத்தில் உருளைக்கிழங்கை பயிர் செய்யலாம்.

களைகளைக் களைய இங்கும் வெண் தீவனப்பயிர் உபயோகமாக இருக்கிறது. அவை நெருக்கமாக வளர்ந்து, நண்டுப்புல் போன்ற வலுவான களைகளைக்கூட அமுக்கிவிடுகிறது. காய்கறி விதை களுடன், தீவனப்பயிர் விதைகளையும் சேர்த்து விதைத்தால், அவை உயிருடன்கூடிய தழையுரமாக இருப்பதோடு, மண்ணை வளப்படுத்தி, நிலம் ஈரப்பதத்தோடு இருப்பதற்கும், காற்று புகுவதற்கும் உதவுகிறது.

தீவனப்பயிர் விதைகளை கோடைகால முடிவிலோ, மழைக் காலத்திலோ விதைப்பது நன்று. இதனால் குளிர்காலத்தில் வேர்கள் பிடிப்பு ஏற்பட்டு, வசந்தகாலபுற்கள் முளைக்கு முன்பு, அவை நிலைபெற்றுவிடும். வசந்தகால துவக்கத்தில் விதைத்தாலும் அவை நல்ல பயனைத்தரும். பரவலாக தூவுவது, அல்லது 12 அங்குல இடை வெளியில் விதைப்பது சிறந்தது. ஒரு முறை அவை வளர்ந்து விட்டால், ஆறு ஏழு ஆண்டுகளுக்கு மீண்டும் விதைக்கத் தேவையில்லை.

பயன்படுத்தப்படாமல் அப்படியே போட்டு வைத்திருக்கும் நிலங ்களில், இயற்கையோடு ஒட்டிய விதத்தில் பயிர் செய்வதே, இந்த வகையான காட்டுச்செடி வளர்ப்புப் போன்ற முறையில் காய்கறிகள் வளர்ப்பதன் நோக்கமாகும். மேம்பட்ட முறைகளைப் பயன் படுத்தவோ, அதிக மகசூலைப் பெறவோ முயன்றால் தோல்விதான் பரிசாகக் கிடைக்கும். பல சமயங்களில் நோய்த் தாக்குதல் மற்றும் பூச்சி தொல்லையின் வடிவில் இது வரும். பலவகை காய்கறி களையும், மூலிகைகளையும் கலந்து இயற்கையோடு, வளர்க்கும் போது, பூச்சி மற்றும் நோய் அபாயம் மிகவும் குறைவாக இருக்கும்.

வேதியல் பொருட்களைப் பயன்படுத்த வேண்டிய தேவையிருக்காது.

பலவகையான களைகள் விளையும் எப்பகுதியிலும் காய்கறிகளைப் பயிரிடலாம். களைகள் மற்றும் புற்களின் ஆண்டுதோறும் வரும் சுழற்சியை நாம் தெளிவாகப் புரிந்து கொள்ள வேண்டும். ஓரிடத்தில் இருக்கும் களைகளின் வகை, உருவம் ஆகியவற்றை வைத்தே, அவ்விடத்தில் உள்ள மண்ணின் தன்மை, அதில் ஏதும் பற்றாக்குறை உள்ளதா என்பதைச் சொல்லிவிடலாம்.

இதுபோன்ற அரைகுறை காட்டு வளர்ப்பு முறையில் நான் என் பழத்தோட்டத்தில் தக்காளி, முட்டைக்கோஸ், கேரட், கடுகு, பீன்ஸ் மற்றும் சில மூலிகைகள் ஆகியவற்றை வளர்த்து வருகிறேன்.

வேதியற் பொருட்களை விலக்கிட விதிகள்

இன்று ஜப்பானிய வேளாண்மை ஒரு முக்கியமான முடிவை எடுக்க வேண்டிய காலகட்டத்தில் இருக்கிறது. விவசாயிகளும், நிபுணர் களும் எந்த வழியைத் தேர்ந்தெடுப்பது, நாற்று நட்டு வேளாண்மை செய்வதா, அல்லது நேரடியான விதை விதைப்பு மூலம் வேளாண்மை செய்வதா, என்பதில் குழம்பிப் போய் இருக்கின்றார்கள். நேரடி விதை விதைப்பு எனில் உழவேண்டுமா கூடாதா என்பதையும் தேர்ந்தெடுக்க வேண்டும். உழத்தேவையற்ற, நேரடி விதை விதைப்பே சிறந்த வழியென, கடந்த இருபது வருடங்களாக நான் கூறிக்கொண்டு வருகிறேன். ஒகயாமா பெர்பெக்சரில் நேரடி விதை விதைப்பு பெருகி வரும் வேகம் திருப்தியளிக்கும் விதத்தில் உள்ளது. இது வழிகாட்டி யாக உதவும்.

தேசத்திற்கான உணவு உற்பத்தி முழுவதும் வேதியற் பொருட் களற்ற வேளாண்மை முறையினால் உருவாக்க முயல்வது சிலரால் நினைத்துக்கூட பார்க்க முடியாத ஒன்றாகும். தண்டுகளில், நெல்மணி களில், மற்றும் இலைகளில் தோன்றும் மூன்று முக்கிய நோய்களைக் கட்டுப்படுத்த வேதியற் பொருட்களைக் கண்டிப்பாக பயன்படுத்த வேண்டும் என்பது அவர்களின் வாதம். ஆனால் விவசாயிகள் பலவீனமான ''வீரிய'' விதைகளை உபயோகிப்பதை நிறுத்துவார் களேயானால், நிலத்தில் தேவைக்கு அதிகமான நைட்ரஜனை போடுவதை குறைப்பார்களேயானால், நிலத்திற்கு நீர் பாய்ச்சுவதை குறைத்து வேர்கள் நிலத்தில் நன்றாக ஊன்ற அனுமதிப் பார்களேயானால், இந்த நோய்கள் தானாகவே மறைந்துவிடும். வேதியற்பொருட்களின் தெளிப்பு தேவைப்படாது.

என் நிலத்தில் முதலில் இருந்த செங்களிமண் பலமற்றதாகவும் நெல் விளைவிக்க முடியாதவாறும் இருந்தது. பல வியாதிகள் தொடர்ந்து வந்தன. நிலம் வளம் பெறத் தொடங்கியதும் இத்தகைய நோய்கள் குறையத் துவங்கின. இறுதியாக அவைகள் அறவே இல்லை.

பூச்சித் தொல்லையைப் பொறுத்தவரையும் இதே கதைதான். இதில் முக்கியமான விஷயம் இரையினங்களை கொல்லாதிருப்பதாகும். நிலங்களைத் தொடர்ந்து நீர் பாய்ச்சி வைத்திருப்பதும், பாத்திகளில் நிலையான, மாசுபாடான நீரைத் தேக்கி வைத்திருப்பதும், பூச்சி தொல்லை அதிகரிக்க வகை செய்யும். மிகவும் தொல்லை தரும் பூச்சியினமான கோடைகால, மற்றும் குளிர்கால இலைப்பூச்சிகளை, நிலங்களில் நீர் தேங்காமல் பார்த்துக் கொள்வதன் மூலம் கட்டுப்படுத்த முடியும்.

மாரிக் காலத்தில் களைகளில் வசித்துவரும் பச்சை இலைப்பூச்சிகள் வைரஸ்களை விரும்பி அழைக்கும் இனமாக மாறக்கூடும். இது நிகழ்ந்தால், நெல்மணியைத் தாக்கும் நோய் மூலமாக 10 முதல் 20 சதவீத இழப்பு ஏற்படும். வேதியற் பொருட்கள் தெளிக்கப்படாமல் இருந்தால், வயல்களில் இருக்கும் பல சிலந்தி வகைகளில் ஏதாவது ஒன்றிடம் இந்த வேலையை ஒப்படைத்து விடலாம்.

வேதியல் உரங்களும், பூச்சிக்கொல்லிகளும் உபயோகிக்கப்படாவிட்டால், இப்பொழுதுள்ள மகசூலில் ஒரு சிறிய பங்குதான் கிடைக்கும் என்று பலர் நினைக்கிறார்கள். பூச்சி பாதிப்பு பற்றி ஆராயும் நிபுணர்கள், பூச்சிக்கொல்லிகளை விலக்கிவிட்டால் ஏற்படும் இழப்பு முதல் ஆண்டில் ஐந்து சதவீதம் இருக்கும் என்று கூறுகிறார்கள். வேதியல் உரங்களை தவிர்ப்பதால் மேலும் ஐந்து சதவீதம் இழப்பு ஏற்படக்கூடும்.

அதாவது நிலத்திற்கு பாய்ச்சப்படும் நீர் கட்டுப்படுத்தப்பட்டு, வேதியல் உரங்களும், பூச்சிக்கொல்லிகளும் தவிர்க்கப்பட்டு வந்தால், முதல் ஆண்டில் ஏற்படும் இழப்பு அதிக பட்சமாக 10 சதவீதம் இருக்கக்கூடும். ஆனால் இயற்கையின் சக்தி நமது கற்பனைக்கு அப்பாற்பட்டது. இந்த முதல்கட்ட இழப்பிற்கு பிறகு, அறுவடைகள் அதிகரிக்கத் துவங்கி, வெகு விரைவிலேயே முன்பு இருந்த அளவைத் தாண்டிவிடும்.

நான் கோஷி ஆய்வு நிலையத்தில் இருந்தபோது, நெற்பயிரின் தண்டைத் தாக்கும் பூச்சிகளைத் தடுக்கும் ஆய்வுகளில் ஈடுபட்டு இருந்தேன். இப்பூச்சிகள் தண்டின் உள்ளே நுழைந்து அதை உணவாகக் கொண்டு விடுவதால், தண்டுவெளுத்து உதிர்ந்துவிடும். இதனால் விளைந்துள்ள இழப்பை கணிப்பது மிகவும் எளிது. எவ்வளவு, வெள்ளை நெற்தண்டுகள் இருக்கின்றன என்று எண்ணிவிட வேண்டும். 100 பயிர்களில் பத்து முதல் இருபது சதவீதம் வெள்ளை

யாக இருக்கக் கூடும். பயிர் முழுவதுமே நாசமாகிவிட்டது என்று தோற்றமளிக்கும் சமயங்களில் பாதிப்பு 30 சதவீதமாக இருக்கும்.

இதை தடுக்க, ஒரு வயலில் பூச்சிக்கொல்லி தெளிக்கப்பட்டது. மற்றொன்று அப்படியே விடப்பட்டது. பின்னர் இறுதியில் கணக்கு எடுக்கப்பட்ட போது, பூச்சிக்கொல்லி தெளிக்கப்பட்டதைவிட, அப்படியே விடப்பட்ட நிலத்தில் அதிகமான நெல் அறுவடை செய்யப்பட்டது. முதலில் இதை நானே நம்பவில்லை. இதில் ஏதாவது தவறுகள் இருக்க வேண்டும் என்று கருதினேன். ஆனால் தகவல்கள் எல்லாம் சரியாக இருக்கவே, நான் மேலும் விசாரணையைத் தொடர்ந்தேன்.

உண்மையில் என்ன நடந்தது என்றால், அப்பூச்சிகள் பயிர்களைத் தாக்கியதில் அவை ஒருவாறு மெலிந்து விட்டன; சில உதிர்ந்து விட்டன. இதனால் மற்ற பயிர்களுக்கு அதிக இடம் கிடைத்தது. சூரிய வெளிச்சம் அடித்தண்டு வரை சென்றது. இதனால் மீதமிருந்த பயிர்கள் வலுவாக வளர்ந்து, அதிகத் தானியங்களை ஈன்றன. பயிர்கள் நெருக்கமாக இருந்து, பூச்சி அரிப்பால் பயிர்களில் சில மெலியாமல் இருந்தால், அவை பார்க்க நன்றாக இருந்தாலும் மகசூல் குறைவாகவே இருக்கும்.

பல ஆய்வு மையங்களில், உபயோகிக்கப்படும் அனைத்து வேதியல் பொருட்களின் விளைவுகளும் குறிக்கப்பட்டிருக்கும். ஆனால் உண்மையில் பாதி பொருட்களின் விளைவுகள்தான் தொகுக்கப் பட்டிருக்கும். இது வேண்டுமென்றே மறைக்கப்படவில்லையானாலும், வேதியல் நிறுவனங்கள் விளம்பரங்களில் பயன்படுத்துவதைப் போல சில முரண்பாடான தகவல்கள் விட்டுப் போயிருக்கும். குறைவான பலன்களை அளிக்கும் ஆய்வுகளின் விளைவுகள் சோதனைத் தவறென கருதப்பட்டு ஒதுக்கப்பட்டுவிடும். பூச்சிக் கொல்லிகள் முழுவதுமாக ஒழிக்கப்பட்டதால், மகசூல் அதிகரித்த நிகழ்ச்சிகளும் உண்டுதான். ஆனால் மகசூல் குறைந்த நிகழ்ச்சி களுக்கும் குறைவு கிடையாது. அவை அச்சில் வருவதே கிடையாது.

அனைத்து வேதியல் வேளாண்மைப் பொருட்களில், களைக் கொல்லியை விலக்க விவசாயியை சம்மதிக்க வைப்பதுதான் பெரும் பாடான விஷயமாகும். ஏனெனில் களைகளுக்கு எதிரான போர்தான், காலங்காலமாக விவசாயிகளுக்கு பெரும் சவாலாக இருந்து வந்துள்ளது. உழுதல், வரிசைகளுக்கு நடுவே கொத்திக் கொடுத்தல், நாற்று நட்டுப்பயிர் செய்தல் போன்ற அனைத்துமே களைகளுக்கு

எதிரான போராட்டத்தின் பல வழிமுறைகளே. களைக் கொல்லிகள் புழக்கத்திற்கு வருவதற்கு முன்பு, விவசாயி வளர்ந்த பயிர்களின் ஊடாக பல மைல் நடந்து, களைக் கொத்தியின் உதவியுடன் கைகளால் களைகளை பிடுங்கி வந்தான். ஆகவே இந்த வேதிப்பொருட்கள், கடவுளால் அனுப்பப்பட்டவை போன்று வரவேற்கப்பட்டதில் வியப்பில்லை. வைக்கோல் மற்றும் தீவனப் பயிரின் உபயோகம், மற்றும் வயலில் அதிக நீர்த்தேக்காமை ஆகியவற்றின் மூலம், நான் என் வயல்களில் களைகளை, கடுமையான உடல் உழைப்பு இன்றியும், வேதியல் பொருட்களைப் பயன் படுத்தாமலும், கட்டுபாட்டிற்குள் கொண்டு வந்துள்ளேன்.

அறிவியல் முறைகளின் எல்லை

ஆராய்ச்சியாளர்கள், ஆராய்ச்சியாளர்களாக ஆவதற்கு முன்பு, அவர்கள் தத்துவவாதிகளாக இருக்க வேண்டும். மனித இனத்தின் குறிக்கோள் என்ன? மனித இனம் எதை உருவாக்கவேண்டும்? என்பதை அவர்கள் முதலில் தெளிவுபடுத்திக் கொள்ள வேண்டும். மனிதர்கள் வாழ்வதற்கான ஆதாரமாக எது உள்ளது என்ற அடிப்படைவரை ஆராய்ச்சியாளர்கள் செல்ல வேண்டும்.

வேளாண்மை பற்றிய என் கோட்பாடுகளை நடைமுறையில் பயன்படுத்திப் பார்த்தபோது, நான் பலவழி முறைகளைக் கையாண்டாலும், என்னுடைய கருத்தானது, இயற்கையை ஒட்டிய ஒரு முறையை உருவாக்க வேண்டும் என்பதிலேயே உறுதியாக இருந்தது. நான் தேவையற்ற பல வேளாண்மை நடைமுறை உத்தி களை களைந்தெறிந்ததன் மூலம் இதைச் சாதித்தேன்.

ஆனால் நவீன அறிவியல் வேளாண்மைக்கு இப்படிப்பட்ட நோக்கு எதுவும் கிடையாது. ஆராய்ச்சி குறிக்கோளற்று அலைந்து திரிந்தது. ஆராய்ச்சியாளர்கள், மகசூலைப் பாதிக்கும் எண்ணற்ற இயற்கையான அம்சங்களில் ஏதாவது ஒரு பகுதியை மட்டும் உற்று நோக்குகின்றனர். மேலும் இத்தகைய இயற்கைக் காரணிகள் ஆண்டுக்கு ஆண்டு, இடத்திற்கு இடம் வேறுபடுகிறது.

பயிரிடும் நிலம் அதேதான் என்றாலும், விவசாயி, தட்ப வெப்ப நிலையில் ஏற்படும் மாறுதலுக்கு ஏற்ப, பூச்சியினப் பெருக்கங்களுக்கு ஏற்ப, மண்ணின் நிலைக்கு ஏற்ப மற்றும் இதர இயற்கை காரணிகளுக்கு ஏற்ப, ஒவ்வொரு ஆண்டுக்கும் ஏற்றதுபோல் பயிர் செய்ய வேண்டும். இயற்கை சுழன்றுகொண்டே இருக்கிறது. எந்த இரண்டு ஆண்டுகளும் ஒன்றுபோல இருப்பதில்லை.

நவீன ஆய்வுகள் இயற்கையைச் சிறு பிரிவுகளாக பிரித்து அதை இயற்கை விதிகளுக்கும், நடைமுறை அனுபவங்களுக்கும் ஒவ்வாதது போல் ஆய்வு செய்கின்றனர். ஆராய்ச்சியின் முடிவுகள், ஆராய்ச்சியின் வசதிக்கு ஏற்றாற்போல் அமைத்துக் கொள்ளப்படுகின்றன;

விவசாயியின் தேவைளுக்கு ஏற்ப அவை அமைக்கப்படுவதில்லை. இந்த ஆய்வு முடிவுகளை வெற்றிகரமாக, விவசாயியின் நிலத்தில் பயன்படுத்தி விடலாம் என்று நினைப்பது மாபெரும் தவறாகும்.

அண்மையில் எமி பல்கலைக்கழகத்தைச் சேர்ந்த பேராசிரியர், வளர்சிதை மாற்றத்திற்கும், நெல் அறுவடைக்கும் உள்ள தொடர்பு குறித்து ஒரு நீண்ட புத்தகம் எழுதியுள்ளார். அப்பேராசிரியர் அடிக்கடி என் பண்ணைக்கு வந்து நிலத்தில் சில அடி தோண்டி பரிசோதிப்பார்; மாணவர்களை கூட்டிவந்து, சூரிய ஒளி பாயும் கோணம், நிழல்கள் அது இது என்று அனைத்தும் அளக்கச் சொல்வார்; தாவர மாதிரிகளை ஆய்வு சாலையில் ஆய்வுக்காக எடுத்துச் செல்வார். நான் அவரிடம் கேட்பேன், "நீங்கள் திரும்பிச் சென்றதும், உழத்தேவையற்ற, நேரடி விதைப்பு முறையை செய்ய போகிறீர்களா?" அதற்கு அவர் சிரித்தவாறே, "நான் செயல்முறை களை உங்களிடம் விட்டுவிடுகிறேன். என் வேலை ஆய்வோடு சரி," என்று பதிலளிப்பார்.

இப்படித்தான் விஷயங்கள் எல்லாம். நீங்கள் தாவர வளர்சிதை மாறுபாடு பற்றி ஆராய்வீர்கள். மண்ணின் வளத்தை அது எவ்வாறு கிரகித்துக் கொள்கிறது என்பதை ஊன்றிக் கவனிப்பீர்கள். அதை ஒரு புத்தகமாக வெளியிடுவீர்கள். ஒரு டாக்டர் பட்டமும் பெற்றுக் கொள்வீர்கள். ஆனால் உங்கள் கோட்பாடு; களத்தில் செல்லுபடி யாகக் கூடியதா என்று மட்டும் கேட்கக்கூடாது.

வளர்சிதை மாற்றம், சராசரி வெப்பநிலை 84^0 பாரன்ஹீட்டாக இருக்கும்போது எப்படி, மேலுள்ள இலையில் உற்பத்தித் திறனை பாதிக்கிறது என்பதை நீங்கள் விவரித்தால் கூட, வெப்பநிலை 84^0 அளவு இல்லாத இடங்கள் அனேகம் இருக்கின்றன. எமியில் இவ்வாண்டு 84^0 இருந்தால் அடுத்த ஆண்டு 75^0 இருக்கும். வளர்சிதை மாற்றத்தை அதிகரிப்பதன் மூலம் மாவுப் பொருள் உற்பத்தி பெருகி, அறுவடை அமோகமாக இருக்கும் என்று பொதுப்படையாக கூறுவது மாபெரும் தவறாகும். ஓரிடத்தில் உள்ள நிலத்தின் புவியியற் சூழல், மண்ணின் நிலை அதன் அமைப்பு, கழிவுநீர் நிர்வாகம், சூரிய வெளிச்சம் பெறும் நிலை, பூச்சியினத் தொடர்பு, உபயோகிக்கப்படும் விதை வகைகள், சாகுபடி முறைகள் போன்ற எண்ணற்ற காரணிகள் கணக்கில் எடுத்துக் கொள்ளப்பட வேண்டும். இவை அனைத்தையும் கணக்கில் எடுத்துக் கொள்ளும் அறிவியல் ஆய்வு நடக்கக்கூடிய ஒன்றல்ல.

இப்பொழுதெல்லாம் "பசுமைப் புரட்சி" பற்றி அதிகமாக பேச்சு அடிபடுவதை நீங்கள் கவனித்திருக்கக்கூடும். இந்த "வீரியமற்ற" விதைகள் மிகவும் பலகீனமாக இருப்பதால், ஒரு விவசாயி, ஒரு போகத்திற்குள்ளேயே, ஏழெட்டு முறை வேதியல் உரங்களையும் பூச்சி கொல்லிகளையும் பயன்படுத்த வேண்டிய நிலைக்கு தள்ளப் படுகிறான். குறுகிய காலத்திற்குள்ளேயே, பூமியிலுள்ள நுண்ணுயிர் களும், கரிமப் பொருட்களும் சுத்தமாக அழிந்துவிடுகின்றன. மண்ணில் உயிர்சத்துகள் அழிக்கப்பட்ட பிறகு, பயிர், வேதி உரங்கள் போன்ற வெளிச்சத்துகளைச் சார்ந்திருக்கும் நிலைக்கு வந்து விடுகின்றன.

விவசாயி "அறிவியல்" செயல்முறைகளைப் பயன்படுத்தும் போது, விளைவுகள் சிறப்பாக இருக்க வேண்டும் என்பது போல ஒரு தோற்றம் நம்முன் தோன்றுகிறது. ஆனால் இயற்கை வளம் போதுமானதாக இல்லாததால் அதைச் சீர் செய்ய அறிவியல் முன்வந்துள்ளது என்று இதைத் தவறாக புரிந்து கொள்ளக்கூடாது. இயற்கை வளம் அழிக்கப்பட்டதால்தான் அதற்கு அப்படி ஒரு தேவையே வந்துள்ளது.

வைக்கோலை பரப்புவது, தீவனப்பயிர்களை வளர்ப்பது, நிலத்தில் இருந்து பெறப்படும் அனைத்து கரிமப்பொருட்களையும் மீண்டும் நிலத்திற்கே அளிப்பது, ஆகியவை நெற்பயிரும், மாரிக்கால பயிரும் ஒவ்வொரு ஆண்டும் வளர்ப்பதற்கு தேவையான விளக்கத்தை பூமிக்கு அளிக்கின்றன. ஏற்கனவே உழப்பட்டதன் மூலமும், வேதியல் பொருட்களை பயன்படுத்தியதன் மூலமும் பாதிக்கப்பட்டிருக்கும் நிலங்களையும் இயற்கை வேளாண்மை மூலம் வெற்றிகரமாக மீட்டு விடலாம்.

பகுதி

III

ஒரு விவசாயி பேசுகிறார்

அண்மையில் ஜப்பானில், மோசமாகிக் கொண்டு வரும் சுற்றுப்புறச்சூழல் குறித்தும், நஞ்சாகிக் கொண்டு வரும் உணவு குறித்தும் நியாயமான விழிப்புணர்வு அதிகரித்துள்ளது. அரசியல்வாதிகளிடமும், தொழிலதிபர்களிடமும் இது குறித்து காணப் பட்ட அக்கறையின்மையை எதிர்த்து மக்கள் போராட்டங்களிலும், ஆர்பாட்டங்களிலும் குதித்துள்ளனர். ஆனால், இந்த நடவடிக்கைகள் எல்லாம், இதே வேகத்துடன் நடத்திச் செல்லப்பட்டால் வீணான முயற்சியாகத்தான் முடியும். சில குறிப்பிட்ட மாசுபாடுகள் களையப்பட வேண்டும் என்று பேசுவது, ஒரு புண் உள்ளே அழுகிக் கொண்டு இருக்கும்போது, அதை துடைத்து, அழகாகக் கட்டுப்போடுவதற்கு ஒப்பானதாகும்.

எடுத்துக்காட்டாக, சில ஆண்டுகளுக்கு முன்பு, மாசுபாடு பற்றி விவாதிக்கும் ஒரு கருத்தரங்கை, வேளாண்மை நிர்வாக ஆய்வுமையம், கரிமவேளாண்மை கவுன்சில், நாடா கூட்டுறவு ஆகியவை இணைந்து நடத்தின. இக்கருத்தரங்கின் தலைவரான டெருவோ இஷிராகு, ஜப்பானிய கரிமபண்ணை அமைப்பின் தலைவரும் கூட, மேலும் அவர் ஜப்பானிய அரசாங்க வேளாண்மைக் கூட்டுறவின் மிக முக்கியமான நபர். இந்த அமைப்பு, எப்பயிர்கள், எந்தவகை விதைகள் போட வேண்டும் என்றும், எவ்வளவு வேதியல் உரம் வேண்டும் என்றும் எந்த வகையான வேதிப்பொருட்கள் பயன்படுத்தப்பட வேண்டும் என்றும் சிபாரிசு செய்கிறதோ, அவை அனைத்தையும், ஜப்பானில் உள்ள ஒவ்வொரு விவசாயியும் பின்பற்றுகிறார்.

இப்படி பலதரப்பட்ட முக்கியமானவர்கள் கலந்து கொண்டதால், முக்கியமான பல முடிவுகள் எடுக்கப்பட்டு, அவை நடைமுறைப் படுத்தப்படும் என்ற நம்பிக்கை காரணமாக, நானும் அதில் கலந்து கொண்டேன்.

உணவு மாசுபாடு பிரச்சனையைப் பிரபலப்படுத்தியதில் இக்கருத்தரங்கு வெற்றியடைந்தது. ஆனால் மற்ற கருத்தரங்குகளைப் போலவே இங்கும், விவாதங்கள் ஆராய்ச்சி நிபுணர்களின் அதிகபட்ச தொழில் நுணுக்க அறிக்கைகளிலும், உணவுக்கலப்படத்தினால் விளைந்த பயங்கர அனுபவங்களின் தனிப்பட்டத் தொகுப்புகளிலும் இறங்கிவிட்டன. பிரச்சனைகள் அடிப்படையிலிருந்து நோக்க எவருமே விருப்பம் காட்டவில்லை.

மீன்களில் பாதரச நச்சுக்கலப்புப்பற்றிய விவாதத்தில், மீன்வளத் துறை அதிகாரி பேசுகையில், அப்பிரச்சனை எவ்வளவு பயங்கரமான தாக இருக்கிறது என்பதை பற்றி எடுத்துரைத்தார். அச்சமயத்தில், வானொலியிலும், செய்தித்தாள்களிலும், பாதரச மாசுபாடு பற்றி தினசரி விவாதிக்கப்பட்டதால், அவர் என்ன கூறப்போகிறார் என்பதைக் கேட்க அனைவரும் ஆவலாக இருந்தனர்.

அப்பேச்சாளர், மீனின் உடலில் உள்ள பாதரச அளவு பற்றி குறிப்பிடுகையில், அன்டார்டிக் கடலிலும், வடதுருவத்திற்கு அருகிலும் எடுக்கப்பட்ட அளவுகள் மிகவும் அதிகமாக உள்ளதாக கூறினார். ஆனால், பலநூறு ஆண்டுகளுக்கு முந்தைய ஆய்வுக்கூடம் மீனை ஆராய்ந்து பார்த்ததில் அதிலும், எதிர்பார்ப்பிற்கு மாறாக, பாதரசம் இருந்ததாக கூறினார். அவரது முடிவு, மீன் உயிர் வாழ பாதரசம் தேவை என்பது போல இருந்தது.

கூட்டத்தில் பங்கேற்றவர்கள் நம்ப முடியாமல் ஒருவரை ஒருவர் பார்த்துக் கொண்டனர். இக்கருத்தரங்கின் நோக்கம் நமது சுற்றுச் சூழலில் ஏற்கனவே கலந்துவிட்ட மாசுபாடுகளை எப்படி எதிர் நோக்குவது என்பது பற்றியும், அதை எப்படி நிவர்த்திப்பது என்பது பற்றியும்தான். ஆனால் மீன்வளத்துறை பிரதிநிதியோ, மீன் உயிர்வாழ பாதரசம் தேவை என்று பேசுகிறார். இதனால்தான், மக்கள் மாசு பாட்டிற்கான அடிப்படையான காரணத்தை புரிந்து கொள்ளாமல், குறுகிய, நடைமுறைக்கு ஒவ்வாத கண்ணோட்டத்தில் பிரச்சனையை அணுகுகின்றனர் என்று நான் கருதுகிறேன்.

நான் எழுந்து நின்று மாசுபாடைக் கட்டுப்படுத்த, அப்போதைக்கு அப்போது, ஒரு தீர்மானமான திட்டத்தைத் தீட்ட ஒரு கூட்டு நடவடிக்கையை நாம் எடுக்கவேண்டும் என்று பரிந்துரைத்தேன். மாசு பாட்டை உருவாக்கும் சில வேதிப்பொருட்களின் பயன்பாட்டைத் தடை செய்வது பற்றி நேரடியாக பேசுவது சிறந்ததுதானே? உதாரணமாக நெல், ஆரஞ்சு, போன்றவைகளை வேதிப்பொருட்களின்

உதவியில்லாமல் வளர்க்க முடியும். காய்கறிகளையும் இப்படி வளர்ப்பதும் சிரமமல்ல. நான் இதை என் பண்ணையில் பல ஆண்டுகளாக செய்து வருகிறேன் என்றாலும், அரசாங்கம், வேதிப் பொருட்களின் பயன்பாட்டைத் தொடர்ந்து முன்மொழிந்து வரும் போது, எவரும் இயற்கை வேளாண்மை முயற்சிக்கு வருவது சிரமமே என்று கூறினேன்.

மீன்வளத்துறை அதிகாரிகள், வேளாண்மை, வனத்துறை கூட்டுறவு வேளாண்மைத்துறை அமைச்சகங்களைச் சார்ந்தவர்கள் அங்கு வந்திருந்தனர். அவர்கள், அக்கூட்டத்தின் தலைவர், இஷிராகுவும் உண்மையிலேயே விரும்பியிருந்தால், வேதிப்பொருட்களைப் பயன்படுத்தாமல் வேளாண்மை செய்ய சிபாரிசு செய்திருக்க முடியும்; ஒரு மாபெரும் மாற்ற அலையும் அடித்திருக்கும்.

ஆனால் இதில் ஒரு மாபெரும் பிரச்சனை உள்ளது. வேளாண்மை வேதிப் பொருட்களோ, வேதியல் உரங்களோ, எந்திரங்களோ இன்றி வேளாண்மை செய்யப்பட்டால், மாபெரும் வேதிப்பொருள் உற்பத்தி நிறுவனங்களும், அரசின் வேளாண்மைக் கூட்டுறவு நிறுவனமும் செயலிழந்து விடும். விஷயங்களைத் தெளிவாக உங்கள் முன் வைக்க வேண்டுமானால், கூட்டுறவுகளும், நவீன வேளாண்மைக் கொள்கை உருவாக்குபவர்களும் வேதி உரங்கள் மற்றும் வேளாண்மை எந்திரங் களின் மாபெரும் மூலதன முதலீட்டின் மீது கட்டப்பட்டிருக்கும் அதிகார பீடத்தைச் சார்ந்துள்ளனர் என்று கூறினேன். எந்திரங்களை யும், வேதிப் பொருட்களையும் தூக்கியெறிவது என்பது பொருளாதார, சமூகக் கட்டமைப்பில் ஒட்டுமொத்த மாறுதலைக் கொண்டு வரும். அதனால், இஷிராகு, கூட்டுறவுகள் அல்லது அரசு அதிகாரிகள், மாசுபாடுகளைக் களையத் தேவையான நடவடிக்கைகளை ஆதரித்து பேசுவார்கள் என்று நான் எதிர்பார்க்கவில்லை என்று கூறினேன்.

இப்படி நான் பேசியதும், தலைவர் குறிக்கிட்டு, "திரு. ஃபுகோகா, நீங்கள் உங்களுடைய கருத்துக்களால் கருத்தரங்கை சீர்குலைக் கிறீர்கள்" என்று கூறி என்வாயை அடைக்க முயன்றார். கடைசியில் அது அப்படித்தான் முடிந்தது.

ஒரு கடினமான பிரச்சனைக்கு ஒரு எளிய தீர்வு

மாசுபாட்டைக் கட்டுப்படுத்த அரசு நிறுவனங்களுக்கு எவ்வித அக்கறையும் இருப்பதாகத் தெரியவில்லை. இரண்டாவது பிரச்சனை, உணவு மாசுபாட்டிற்குக் காரணமான அனைத்து குணங்களும் ஒன்றாக சீர்செய்யப்பட வேண்டும். ஒரு பிரச்சனையின் ஒரு பகுதியை பற்றி மட்டும் கவலைப்படும் மக்களால் பிரச்சனையைத் தீர்க்கமுடியாது.

ஒவ்வொருவரின் மனநிலையும் மிக அடிப்படையான மாறுதலை அடையாவிட்டால், மாசுபாட்டை அடியோடு நீக்குவது சாத்தியமல்ல.

எடுத்துக்காட்டாக, விவசாயி நினைக்கிறான்; கடலைக் குறித்து அவன் கவலைப்படத் தேவையில்லை. அதில் மீன் இருக்குமாறு பார்த்துக் கொள்வது மீன் வளத்துறையின் பிரச்சனையென்றும் கடல் மாசுபாட்டை பற்றிய செய்தியைக் கவனித்துக் கொள்வது சுற்றுச்சூழல் குழுவின் பிரச்சனை என்றும் அவன் எண்ணுகிறான். இப்படிப்பட்டச் சிந்தனைப் போக்கில் தான் பிரச்சனையே இருக்கிறது.

மிகவும் பரவலாகப் பயன்படுத்தப்படும் வேதியற் உரங்களான அம்மோனியம் சல்ஃபேட், யூரியா, சூப்பர் பாஸ்ஃபேட் போன்றவை மிக அதிக அளவில் பயன்படுத்தப்பட்டாலும், அதில் மிகவும் குறைவான அளவே வயல்களில் உள்ள தாவரங்களால் கிரகிக்கப் படுகிறது. மீதமுள்ள பெரும்பங்கு, நீரோடைகள், நதிகள் மூலமாக கடலை அடைகிறது. இந்த நைட்ரஜன் பொருட்கள் அக்கடலில் உள்ள ஆல்கே மற்றும் ப்ளாங்டன் போன்ற நுண்ணுயிர்களுக்கு உணவாகி விடுகின்றன. இவை பல்கிப் பெருகி அபாயத்தை விளைவிக்கின்றன. பாதரசம் போன்ற தொழிற்சாலை கழிவுகளும் மாசுபாட்டிற்கு காரணமானாலும், ஜப்பானைப் பொறுத்தவரை, நீர் மாசுபாட்டிற்கு முக்கிய காரணம் வேளாண்மை வேதிப் பொருட்கள்தாம்.

மாசுபாடு அபாய அளவைத் தொட்டிருப்பதற்கு விவசாயி முக்கிய பொறுப்பேற்க வேண்டும். தன் வயலில் மாசுபாட்டை உருவாக்கும்

வேதிப்பொருட்களை உபயோகிக்கும் விவசாயி இந்த வேதிப் பொருட்களை உற்பத்தி செய்யும் நிறுவனங்கள், இந்த வேதிப் பொருட்களின் சௌகரியத்தில் நம்பிக்கை வைத்து அதை எப்படி பயன்படுத்த வேண்டும் என்று தொழில்நுட்ப ஆலோசனை வழங்கும் கிராம அதிகாரிகள், ஆக இவர்கள் ஒவ்வொருவரும் இப்பிரச்சனையை ஆழமாக அணுகாதவரை நீர் மாசுபாடு பிரச்சனையைத் தீர்ப்பது என்ற பேச்சிற்கே இடமில்லை.

தற்போது எப்படி உள்ளதென்றால், யார் அதிகமாக பாதிக்கப்படுகிறார்களோ, அவர்கள் மாசுபாட்டிற்கு எதிராக குரல் கொடுக்கிறார்கள். எடுத்துக்காட்டாக, மீசூஷிமா அருகே கடலில் எண்ணை கொட்டியபோது, உள்ளூர் மீனவர்கள் மட்டும் பெரிய எண்ணை நிறுவனங்களுக்கு எதிராக போராட்டம் நடத்தினர். அல்லது ஏதாவது ஒரு பேராசிரியர், உள்நாட்டுக் கடலின் மாசுபாட்டை கட்டுப்படுத்த ஓரளவு தூய்மையான பசிபிக் கடலின் நீரை, கால்வாய் மூலம் வெட்டிவிடலாம் என்று யோசனை கூறுவார். இது போன்ற யோசனைகள் ஆராயப்பட்டு, அவ்வப்போது முயற்சிக்கப்படும். ஆனால் இவ்வழியில் தீர்வு ஒரு போதும் கிட்டாது.

உண்மை என்னவென்றால், நாம் எதைச் செய்தாலும், பிரச்சனை இன்னும் மோசமாகிவிடுகிறது. பிரச்சனையை தீர்ப்பதற்காக எடுக்கப்படும் நடவடிக்கைகள் எவ்வளவுக்கு எவ்வளவு பெரிதாக இருக்கிறதோ, அவ்வளவுக்குப் பிரச்சனைச் சிக்கலாகிவிடுகிறது.

எடுத்துக்காட்டாக, ஷிசாகுவிற்கு குறுக்காக ஒரு குழாய் போடப்பட்டு, பசிபிக் கடல் நீர் இறைத்து அதன் மூலம் ஊற்றப் பட்டு, உள்நாட்டுக் கடலை அடைவதாக வைத்துக் கொள்வோம். இது உள்நாட்டுக் கடலை சுத்தப்படுத்துவதாகவே எடுத்துக் கொண்டாலும், நீண்ட குழாய்களை உற்பத்திச் செய்யவும், நீரைக் கடலில் இருந்து இறைத்து ஏற்றவும் தேவைபடும் மின்சக்திக்கு எங்குப் போவது? ஒரு அணுமின் நிலையம் கட்டலாம். இதை நிறுவ கான்கிரீட் மற்றும் இதரப் பொருட்களோடு, ஒரு யுரேனிய சுத்திகரிப்பு மையமும் கட்டப்பட வேண்டும். இந்த ரீதியில் தீர்வுகள் உண்டாக்கப்பட்டால், முன்பை விட கடினமான, பெரிய மாசுபாட்டுப் பிரச்சனைகளை இரண்டாவது மூன்றாவது தலைமுறை சந்திக்க நாம் இன்று அடிக்கல் நாட்டும் செயலாகவே அது அமையும்.

இது ஒரு பேராசைப்பட்ட விவசாயி, தனது வயலுக்கு வரும் நீர்ப்பாசன வாய்க்காலை அகலப்படுத்தி அதனால் அவதிப்பட்ட

கதைபோல இருக்கிறது. அதிக நீர் வந்ததால் கரை உடைந்தது. பின்னர் கரை உறுதியாக்கப்பட்டு, வாய்க்கால் அகலமாகியது. அதிகப் படியாக வரும் நீர், கரை உடையும் அபாயத்தை அதிகப்படுத்திதான் உள்ளது. அடுத்த முறை அது உடையும் போது, அதைச் சீர்செய்ய இன்னும் அதிகமான முயற்சி தேவைப்படும்.

ஒரு பிரச்சனையின் அறிகுறியைக் களைய தீர்மானிக்கப்பட்ட வுடன், அப்பிரச்சனையையே தீர்க்க வழிவகுக்கப்பட்டு விட்டதாக, பொதுவாக எண்ணப்படுகிறது. உண்மையில் அப்படி நிகழ்வதே இல்லை. பொறியாளர்களின் மூளைக்கு இது எட்டுவதே கிடையாது. இந்த தீர்வு நடவடிக்கைகள் எது தவறாகி விட்டது என்பது குறித்த குறுகிய நோக்குடைய விளக்கத்தின் மீது நிர்மாணிக்கப்பட்டதாகும். குறுகிய அறிவியல் உண்மைகள் மற்றும் கணிப்புகளிலிருந்து உருவாக்கப்படும் இத்தகைய மனித முயற்சிகளின் மூலம் ஒரு உண்மையான தீர்வை ஏற்படுத்த முடியாது.

வைக்கோலைப் பரப்புவது, தீவனப்பயிரை வளர்ப்பது போன்ற என்னுடைய எளிய நடைமுறைச் செயல்கள் மாசுபாட்டை உருவாக்குவதில்லை. பிரச்சனையின் அடித்தளத்தையே அவை தகர்த்துவிடுவதால், அவை செயல்திறனுள்ளவையாக இருக்கின்றன. மாபெரும் தொழில் நுட்பத் தீர்வுகள் மீதுள்ள நவீன நம்பிக்கை மாறாதவரை, மாசுபாடு மோசமாகிக் கொண்டுதான் செல்லும்.

கடின உழைப்பின் அறுவடை

வேளாண்மை மாசுபாட்டை பொறுத்தவரை தாங்கள் செய்யக் கூடியது எதுவுமில்லை என்றே நுகர்வோர் பொதுவாக நினைக்கின் றனர். பலர் வேதிப்பொருட்களைப் பயன்படுத்தாத உணவு வேண்டும் என்று கேட்டு வாங்குகின்றனர். ஆனால், வேதிப்பொருட்கள் கொண்டு உருவாக்கப்படும் உணவுப் பொருட்கள், நுகர்வோரின் விருப்பத்திற்கு ஏற்பவே விநியோகிக்கப்படுகின்றன. பெரிய, பளபளக்கும், அழகிய வடிவம் உடைய பொருட்கள் வேண்டும் என்று நுகர்வோர் நிர்பந்திக்கின்றனர். அவர்களின் இந்த விருப்பத்தை நிறைவேற்றுவதற்காக, ஐந்து, ஆறு வருடங்களுக்கு முன்பு இல்லாத அளவில், இன்று பரவலாக வேதிப் பொருட்கள் உபயோகிக்கப் படுகின்றன.

இந்த இக்கட்டான நிலை ஏன் தோன்றியது? வெள்ளரி நேராக இருந்தாலும், வளைந்து இருந்தாலும், நாங்கள் கவலைப்படுவதில்லை என்று மக்கள் கூறுகிறார்கள். பழங்கள் வெளியே பார்க்க அழகாக இருக்க வேண்டியதில்லை என்கிறார்கள். ஆனால் டோக்கியா சந்தை ஒன்றின் உள்ளே சென்று பாருங்கள். நுகர்வோரின் விருப்பத்திற்கு ஏற்ப எப்படிப் பொருட்களின் விலை நிர்ணயிக்கப்படுகிறது என்பதை அங்கு காணலாம். ஒரு பழம் பார்க்க கொஞ்சம் நன்றாக இருந்தால், அது அதிக விலையில் விற்கப்படுகிறது. பழங்கள் ''சிறியது'', ''நடுத்தரமானது'', ''பெரியது'' என்று பிரிக்கப்படும்போது அவற்றின் விலையும் ஏறிக்கொண்டே போகிறது.

பருவமற்ற காலத்தில் ஒரு பொருளை அதிக விலைகொடுத்து வாங்கத் தயாராக இருக்கும் நுகர்வோர் மனோபாவம், வேளாண்மை யில் வேதிப் பொருட்களும், செயற்கை முறைகளும் புகுவதற்கு உதவிபுரிகின்றன. உன்ஷு ஆரஞ்சுகள் கோடையில் வெப்ப அறைகளில் போட்டு பழுக்கவைக்கப்பட்டு ஏற்றுமதி செய்யப் பட்டதால், வழக்கத்தைவிட பத்து இருபது மடங்கு விலைக்கு விற்கப்பட்டன. நீங்கள் அந்த இயந்திரத்தை நிறுவ ஆயிரக்கணக்கில் செலவழித்து உழைத்தால், பெரும் லாபம் சம்பாதிக்கலாம்.

பருவகாலத்தை விடுத்து பயிர்செய்யும் வழக்கம் பிரபலமடைந்து வருகிறது. வழக்கமான காலத்திற்கு ஒரு மாதம் முன்பு ஆரஞ்சுகளைப் பெறுவதற்கு அதிகப் பணம் விவசாயிக்கு கொடுக்க நகர்ப்புற மனிதன் தயாராக இருக்கிறான். ஒரு மாதத்திற்கு முன்பு அப்பழத்தை உண்பதால் மனிதன் என்ன முக்கியத்துவம் பெறுகிறான் என்று கேட்டால், ஒன்றுமேயில்லை என்பதுதான் உண்மை. மாறாக இச்சலுகையைப் பெற அவன் கொடுப்பது அதிக விலை மட்டுமல்ல.

மேலும், சில ஆண்டுகளுக்கு முன்புவரை பயன்படுத்தப்படாமல் இருந்த வண்ணப் பொருட்கள், இப்பொழுது பரவலாக பயன்படுத்தப் படுகின்றன. இந்த வேதிப்பொருள்களைப் பயன்படுத்துவதால் பழங்கள் ஒரு வாரத்திற்கு முன்பாகவே முழு வண்ணமும் பெற்று விடும். அப்பழத்தை அக்டோபர் 10 ஆம் தேதிக்கு ஒருவாரம் முன்பு விற்கிறானா, இல்லை ஒரு வாரம் பின்பு விற்கிறானா என்பதைப் பொறுத்து, விலை இரண்டு மடங்காகும் அல்லது பாதியாகிவிடும். அதனால், விவசாயி வண்ணப்பொருளை பயன்படுத்தி, அதைப் பழுக்கவைக்கும் வெப்ப அறையில் அடைத்து விடுகிறான்.

ஆனால் அப்பழங்கள் முன்னதாகவே கப்பலில் ஏற்றப்படுவதால் அவை இனிப்பாக இருப்பதில்லை. அதனால் செயற்கை இனிப்புப் பயன்படுத்தப்படுகிறது. செயற்கை இனிப்பு பொருட்கள் தடை செய்யப்பட்டுள்ளதாக பொதுவாக நினைக்கப்பட்டாலும், ஆரஞ்சு மரங்களில் இவை தெளிக்கப்படுவது சட்டத்திற்கு புறம்பான செயலாக கருதப்படுவதில்லை. "வேளாண்மை வேதிப்பொருள்" என்ற பட்டிய லுக்குள் அது வருகிறதா இல்லையா என்பதே கேள்வி. எப்படியோ எல்லோருமே பயன்படுத்தி வருகிறார்கள் என்பதுதான் உண்மை.

பழங்கள் பெரியன சிறியன என்று பிரிக்கப்படுவதற்காக, கூட்டுறவு பழம் பிரிக்கும் மையத்திற்கு எடுத்துச் செல்லப்படுகின்றன. அங்கு அவை பலநூறு அடி நீளமுள்ள நகரும் பெல்ட்டுகளில் உருட்டப் படுகின்றன. அதனால் பழங்கள் கன்றிப்போவது சாதாரணமான விஷயம். பிரிக்கும் மையம் பெரிதாக இருந்தால், பழங்கள் உருளுவதும் அடிபடுவதும் அதிகமாக இருக்கும். நீர் பாய்ச்சப்பட்டு கழுவப்பட்டதும், ஆரஞ்சுப்பழங்கள் மீது வண்ணப்பொருளும், சில நாட்களுக்கு கெட்டுப்போகாமல் பாதுகாத்து வைக்க வேறு வேதிப் பொருட்களும் தேய்க்கப்படுகின்றன. கடைசியாக மெழுகுக்கரைசல் ஊற்றப்பட்டு, பழங்கள் தேய்க்கப்பட்டு பளபளப்பாக்கப்படுகின்றன. தற்பொழுதெல்லாம் பழங்கள் உண்மையில் ஆலையில்

உருண்டோடிக் கொண்டிருக்கின்றன.

ஆகவே பழங்கள் பறிக்கப்படுவதற்குச் சிறிது காலம் முன்பு இருந்து, கடைசியாக விற்பனைக் கடையின் வெளிவாசலை அடைவதற்குள் ஐந்து ஆறு வேதிப்பொருட்களாவது பயன்படுத்தப்படுகின்றன. பழத்தோட்டத்தில் பழங்கள் வளரும்போது பயன்படுத்தப்படும் வேதியல் உரங்கள், பூச்சிகொல்லிகள் ஆகியவை இந்தக் கணக்கில் சேர்த்துக் கொள்ளப்படவில்லை. இவை அனைத்திற்கும் காரணம், நுகர்வோர் பழங்கள் இன்னும் கொஞ்சம் கவர்ச்சியாக இருக்க வேண்டும் என்று நினைப்பதால்தான். இது விவசாயியை ஒரு இக்கட்டான நிலைக்கு தள்ளியுள்ளது.

இந்த நடவடிக்கைகள் அனைத்தும், விவசாயி இப்படி செய்ய விருப்பப்படுகிறான் என்பதாலோ, அல்லது வேளாண்மை அமைச்சக அதிகாரிகள் விவசாயியின் மீது இவ்வேலைகளைத் திணிப்பதில் மகிழ்ச்சியடைகிறார்கள் என்பதாலோ ஏற்பட்டு விடவில்லை. பொதுவாக மதிப்பு பற்றிய கண்ணோட்டம் மாறினால் ஒழிய நிலைமை முன்னேறாது.

நாற்பது ஆண்டுகளுக்கு முன்பு, நான் யோகாஹாமா சுங்க அலுவலகத்தில் வேலை செய்து வந்த போது, அங்கு ஆரஞ்சு மற்றும் எலுமிச்சைப் பழங்கள் இம்முறையில் கையாளப்பட்டன. நான் இந்த முறையை ஜப்பானில் புகுத்துவதற்குக் கடுமையாக எதிர்ப்பு தெரிவித்தேன். ஆனால் இந்த முறை நடைமுறைப்படுத்தப்படுவதை என் எதிர்ப்புக் குரலால் தடுக்கமுடியவில்லை.

ஏதாவது ஒரு பண்ணை அல்லது ஒரு கூட்டுறவு மெழுகு தடவுவது போன்ற புதிய முறையை கடைபிடிக்கும்போது, அதிக கவனம் செலுத்தப்படுவதன் காரணமாக, அதிக லாபம் சம்பாதிக்கிறது. அதைப் பார்க்கும் இதர கூட்டுறவுகளும் அப்படியே பின்பற்று கின்றன. நாளடைவில் மெழுகுத் தடவப்படாத பழங்கள் சரியான விலைக்கு போவதில்லை. இரண்டு மூன்று ஆண்டுகளில் நாடு முழுவதும் இது பரவிவிடுகிறது. கடுமையான போட்டி விலையை இறக்கிவிடுகிறது. விவசாயிக்கு மிஞ்சுவது எல்லாம் கடின உழைப்பும், புதிய எந்திரங்களுக்கான மூலதனமும் தான். ஆனாலும் அவன் மெழுகு தடவியே ஆகவேண்டும்.

இதனால் நுகர்வோரும் பாதிக்கப்படுவது உண்மைதான். புதிய, வாடாத பழங்கள் அவனுக்குக் கிடைக்காது. புதியனபோல தோற்றம் தருபவைதான் அவனுக்குக் கிடைக்கும். உயிரியல் ரீதியாகப் பார்க்கும்

போது, கொஞ்சம் சுருங்கி வதங்கிய பழங்களே மிகக் குறைவான சக்தி உபயோகம் மற்றும் சுவாதித்தலை செய்கின்றன. இது தியானம் செய்யும் மனிதனுக்கு ஒப்பானதாகும். அதாவது தியானம் செய்யும் போது மனிதனுடைய வளர்சிதை மாற்றம் சுவாசித்தல் மற்றும் சக்தி நுகர்வு ஆகியவை மிகவும் குறைந்துவிடுகின்றன. அவன் உண்ணாமல் இருக்கும் போதுகூட, அவனது உடலில் இருக்கும் சக்தி சேமித்து வைக்கப்படுகிறது. அதே போலவே, சுருக்கங்களுடன், வதங்கல்களுடன், கொஞ்சம் வாடிக் காணப்படும் பழங்களும், காய்கறிகளும் நீண்ட நாட்களுக்கு தங்களுடைய உணவுச்சத்தை பாதுகாத்து வைக்கும்.

காய்கறிகள் மீது அவ்வப்போது, நீர் தெளித்து விடுவது போன்ற சில செயல்களால், புத்தம் புதியது போன்ற தோற்றத்தை உண்டாக்குவதற்கு முயற்சிப்பது மடத்தனமான செயலாகும். புதியன போல அவை தோன்றினாலும், அதன் மணம், மற்றும் சத்து வெகுவிரைவில் மறைந்துவிடும்.

ஆனால் கூட்டுறவுகள், பழம் பிரிக்கும் மையங்களும் இத்தகைய தேவையற்ற நடவடிக்கைகளை இன்னும் அதிகரிக்கச் செய்வதில் முனைப்பாயுள்ளன. இதற்குப் பெயர் தான் "நவீனப்படுத்துதல்".

சுருக்கமாக கூறவேண்டுமெனில், தரத்தை ஒதுக்கி விட்டு தோற்றம் மற்றும் அளவு குறித்து காட்டப்படும் அக்கறை பற்றிய மதிப்பு உணர்வுகள் தலைகீழாக மாறப்படாதவரை, உணவு மாசுபாட்டைத் தீர்க்க நம்மால் முடியாது.

இயற்கை உணவின் விநியோகம்

கடந்த சில ஆண்டுகளாக நான், நாட்டில் பல்வேறு இடங்களில் உள்ள இயற்கை உணவுக் கடைகளுக்கு 88 முதல் 110 மரக்கால் வரை (5000 - 6000 பவுண்ட்) அரிசி அனுப்பியிருப்பேன். அதே போல டோக்கியோவிலுள்ள கூட்டுறவு அமைப்பிற்கு 14000 பவுண்ட் ஆரஞ்சுகள் அனுப்பி இருப்பேன். அக்கூட்டுறவின் தலைவர் மாசு பாடற்ற உணவுப்பொருளை விற்க விரும்பியதால் எங்களுக்குள் இந்த உடன்பாடு.

முதல் ஆண்டு வெற்றிகரமாகச் சென்றாலும், சில புகார்கள் இருந்தன. பழங்களின் அளவு மிகவும் வேறுபட்டது; அவற்றின் வெளிப்புறம் அழுக்காக இருந்தது; அவற்றின் தோல் சுருங்கிக் காணப்பட்டது. நான் முதலில் அப்பழங்களை எதுவும் குறிப்பிடப்படாத பெட்டிகளில் அடைத்து அனுப்பியதால், மக்கள் அது "இரண்டாந்தரப்" பொருளாக இருக்குமோ என சந்தேகப்பட்டனர்.

இப்பொழுது நான், "இயற்கை ஆரஞ்சுகள்" என்று பெட்டிகளில் எழுதி அனுப்புகிறேன்.

இயற்கை உணவுப்பொருட்கள் அதிகச் செலவற்றும், அதிக உழைப்பற்றும் உற்பத்தி செய்யப்படுவதால், அவை மலிவாக விற்கப்படவேண்டும் என்பது என் கருத்து. கடந்த வருடம், டோக்கியோ வில் விற்ற பழங்களிலேயே என் பழங்கள் தாம் குறைவான விலைக்கு விற்கப்பட்டன. வாசனை அற்புதமாக இருந்ததாக பல கடைக்காரர்கள் கருதினர். இப்பழங்கள் உள்ளூரிலேயே விற்கப்பட்டால், நேரமும், போக்குவரத்துச் செலவும் மிச்சமாகும். ஆனாலும் சுவைமிக்க, வேதிப்பொருட்களற்ற அப்பழங்களுக்கு அது சரியான விலைதான். இம்முறை, கடந்த முறையைப் போல இரண்டு, மூன்று மடங்கு பழங்களை அனுப்ப கோரிக்கை வந்துள்ளது.

இக்கட்டத்தில், இயற்கை உணவுகள் நேரடியாக விற்பனை செய்யப்படுவது எவ்வளவு தூரம் பரவும் என்ற கேள்வி எழுந்துள்ளது. அண்மையில் வேதிப்பொருட்களின் உதவியோடு பழங்கள்

பயிர்செய்வோர் பொருளாதார நெருக்கடிக்கு உள்ளாகி உள்ளனர். இதனால் இயற்கை உணவு உற்பத்தி அவர்களுக்குக் கவர்ச்சியாக இருக்கிறது. வேதிப்பொருட்களைப் பயன்படுத்தி, மெழுகு தேய்த்து, வண்ணங்களைக் கலந்து எவ்வளவுதான் கடினமாக உழைத்தாலும், விவசாயியால், செலவு செய்ததற்கு மேலான விலைக்கு ஒருபோதும் விற்க முடியாது. இவ்வாண்டு மிகச்சிறந்த பழங்களை அறுவடை செய்திருக்கும் விவசாயிகூட ஐந்து சதவீத லாபத்திற்குமேல் பெற முடியாது. அப்படியிருக்கும்போது, கொஞ்சம் தரம் குறைவான பழங்களை உற்பத்தி செய்திருக்கும் விவசாயியின் நிலைபற்றி கூறவே வேண்டாம்.

கடந்த சில ஆண்டுகளில் விலைகள் மாபெரும் வீழ்ச்சியடைந்திருப்பதால், வேளாண்மைக் கூட்டுறவுகளும், பிரிப்பு மையங்களும், உயர்தரமான பழங்களை மட்டுமே பிரித்தெடுப்பது என்பதில் கண்டிப்பாக இருக்கின்றன. ஆரஞ்சுத் தோட்டத்தில் நாள் முழுவதும் கடினமாக உழைத்து அறுவடை செய்து, அதைப் பெட்டிகளில் போட்டு அடைத்து, பிரிப்பு மையங்களுக்கு எடுத்துச் சென்று, இரவு பன்னிரண்டு மணிவரை, ஒவ்வொரு பழமாகப் பார்த்து பிரித்து வைக்க வேண்டிய நிலை இன்று விவசாயிக்கு உள்ளது. அதில் கழிக்கப் பட்டவைகளை பாதி விலைக்கு, பழச்சாறு உற்பத்தி நிலையங்களுக்கு விற்க வேண்டியிருக்கும்.

"நல்ல பழங்கள்" பொதுவாக மொத்த உற்பத்தியில் 25 முதல் 50 சதவீதம் வரைதான் இருக்கும். இதிலும் பலவற்றை கூட்டுறவுகள் ஒதுக்கிவிடும். இரண்டு மூன்று சதவீதம் லாபம் வந்தாலே பெரிய விஷயம்தான். மிகவும் கடினமாக உழைக்கும் ஆரஞ்சு விவசாயிக்கு இன்று போட்ட முதலை எடுப்பதே சவாலான செயல்தான்.

வேதியல் உரங்கள் போடாமல், உழாமல், பூச்சிக்கொல்லிகள் தெளிக்காமல், பழங்கள் வளர்க்கப்பட்டால், அதில் அதிக செலவுகள் இல்லாததால், விவசாயியின் நிகர லாபம் அதிகரிக்கிறது. நான் சந்தைக்கு அனுப்பும் பழங்கள் தரம் பிரிக்கப்படாதவைதான். நான் பழங்களைப் பறித்து, பெட்டிகளில் அடுக்கி, சந்தைக்கு அனுப்பி விட்டு, விரைவாகப் படுக்கைக்குச் சென்று விடுவேன்.

என் பண்ணைக்கு அருகே இருக்கும் விவசாயிகள், தாங்கள் கடினமாக உழைத்தும், தங்களுக்கு எதுவும் மிஞ்சுவதில்லை என்பதை உணரத்துவங்கியுள்ளனர். இந்த உணர்வு அதிகரித்துள்ளது. இயற்கை வேளாண்மைக்கு மாறவும் அவர்கள் தயாராகவே இருக்கிறார்கள்.

ஆனால் இயற்கை உணவுகள் உள்ளூரிலேயே விநியோகிக்கப்பட்டா லொழிய, ஒரு சாதாரண விவசாயி, தன் உற்பத்திப் பொருளை விற்பனை செய்ய சந்தை இருக்குமா? இருக்காதா? என்ற பயத்திலேயே இருப்பான்.

நுகர்வோரைப் பொறுத்தவரை, இயற்கை உணவு, விலை அதிக மாக இருக்கும் என்று நினைக்கின்றனர். விலை குறைவாக இருந்தால், அது இயற்கை உணவுப்பண்டம்தானா என்று சந்தேகிக்கின்றனர். ஒரு சில்லறை விற்பனையாளர் என்னிடம், இயற்கை உணவுப் பொருட்களை அதிக விலைக்கு விற்காத வரை, ஒருவரும் வாங்கப் போவதில்லை என்று குறிப்பிட்டார்.

ஆனால், இயற்கை உணவு மற்றவற்றைக் காட்டிலும் மலிவாக விற்கப்பட வேண்டும் என்று நான் இன்னும் நம்புகிறேன். சில ஆண்டுகளுக்கு முன்பு, என் தோட்டத்தில் சேகரிக்கப்படும் தேன், மற்றும் என் கோழிகள் இடும் முட்டைகள் ஆகியவற்றை, டோக்கியோவிலுள்ள ஒரு கடை விற்பனைக்காக கேட்டிருந்தது. அப்பொருட்கள் மிக அதிகமான விலைக்கு விற்பனை செய்யப் படுவதைக் கண்டுபிடித்ததும், நான் கடுமையான கோபம் அடைந் தேன். இதேபோல, நுகர்வோரின் மனநிலையைத் தெரிந்து கொள்ளும் வியாபாரி, என் அரிசியோடு, மற்ற அரிசியையும் கலந்து, நியாயமற்ற விலைக்கு விற்கத் தயங்கமாட்டான் என்பதைப் புரிந்து கொண்டேன். அக்கடைக்கு பொருட்கள் அனுப்புவதை நான் உடனே நிறுத்திவிட்டேன்.

இயற்கை உணவை அதிக விலைக்கு ஒரு வியாபாரி விற்றால், அவன் கொள்ளை லாபம் அடிக்கிறான் என்று பொருள். மேலும் இயற்கை உணவு, அதிக விலையுடையதாக இருந்தால், அவை ஆடம்பரப் பொருட்களாகி, பணக்காரர்களால் மட்டுமே வாங்கக் கூடியதாக மாறிவிடும்.

இயற்கை உணவு பிரபலமாக வேண்டுமென்றால், அவை மலிவாக உள்ளூரிலேயே கிடைக்க வேண்டும். மலிவாக இருப்பதால், அது இயற்கை உணவாக இருக்காது என்ற தவறான எண்ணத்தை நுகர்வோர் கைவிட்டுவிட்டால், சரியான திசையில் அனைவரும் சிந்திக்கத் துவங்குவர்.

வாணிபப் பயிர்கள் ஏமாற்றிவிடும்

வாணிப வேளாண்மை என்ற கருத்து முதலில் நுழைந்தபோதே நான் அதை எதிர்த்தேன். ஜப்பானில் வாணிப வேளாண்மை விவசாயிக்கு இலாபம் கொடுக்கும் ஒன்றல்ல. வியாபாரிகளைப் பொறுத்தவரை, பொதுவான விதி என்னவென்றால், உற்பத்தி செய்யப்பட்ட ஒரு பொருள் மேலும் மெருகேற்றப்பட்டால் அப்பொருள் விற்கப்படும்போது அது அதிக விலைக்கு விற்கப்பட வேண்டும். ஆனால் ஜப்பானில் வேளாண்மையைப் பொறுத்தவரை, இக்கணக்கு பொருந்தாது. வேதியல் உரங்கள், எந்திரங்கள், வேதிப் பொருட்கள் போன்றவை, வெளியிலிருந்து, அங்கு நிர்ணயிக்கப்படும் விலைக்கு வாங்கப்படுகின்றன. இந்த இறக்குமதிப் பொருட்களின் விலை பற்றிக் கூறவே வேண்டாம். அதை நிர்ணயிப்பது முழுக்க முழுக்க வியாபாரிகள்தாம். விற்பனை விலையும் நிர்ணயிக்கப்பட்டு விட்ட நிலையில், விவசாயி தன் சக்திக்கு மீறிய அம்சங்களின் கருணையில் காலம் தள்ள வேண்டிய நிலைக்குத் தள்ளப்பட்டு விட்டான்.

பொதுவாக, வாணிப வேளாண்மை என்பது முன்கூட்டி கணிக்க முடியாத ஒரு விஷயமாகும். பணம் சம்பாதிக்கும் நோக்கமற்று இருந்தால், விவசாயி தனக்கு தேவையானவற்றை உற்பத்தி செய்து இன்னும் சிறப்பாகவே வாழமுடியும். ஒரே ஒரு நெல்லை விதைத்தால், அது ஆயிரம் மணிகளாக மாறிவிடும். தோட்டத்தில் கிடைக்கும் காய்கறிகளே குடும்பத்திற்குப் போதும். இந்தச் சிந்தனைப் போக்கைப் பின்பற்றினால், கஷ்டப்படாமல் உண்ண உணவு கிடைக்கும். மாறாக பணம் ஈட்ட வேண்டும் என்று நினைத்தால் அந்த அலை உன்னையும் சேர்த்து அடித்துக்கொண்டு போய்விடும்.

அண்மைக்காலமாக நான் வெள்ளை லெக்கான் கோழிகளைப் பற்றி சிந்தித்து வருகிறேன். உயர்தர வெள்ளை லெக்கான் கோழிகள் ஆண்டுக்கு 200 முட்டைகளுக்கு மேலும் இடுவதால், இலாபத்திற்காக அவற்றை வளர்ப்பது சிறந்த வியாபாரமாக கருதப்படுகிறது. வியாபார ரீதியாக இவை வளர்க்கப்படும்போது, அவை சிறிய

கூண்டுகளில், அவற்றின் ஆயுட்காலம் முழுவதும் மண்ணில் கால்படாமலேயே வளர்க்கப்படுகின்றன. அவற்றின் இடையே நோய்கள் வெகு சாதாரணம். அக்கோழிகள் வைட்டமின்கள், ஹார்மோன்கள் மற்றும் எதிர் உயிரிகள் அடங்கிய உணவுப் பொருட்களால் வளர்க்கப்படுகின்றன.

காலங்காலமாக வளர்க்கப்பட்டுவரும் நாட்டுக் கோழிகள், அதில் பாதியளவு முட்டைதான் போடும் என்று ஒரு வாதம் நம்முன் வைக்கப்படுகிறது. இதன் காரணமாக, இக்கோழிகள், ஜப்பானில் இருந்து கிட்டத்தட்ட முழுவதுமாக மறைந்துவிட்டன. நான் என் மலைச்சரிவில், இரண்டு பெட்டைக் கோழிகளையும் ஒரு சேவலையும் தானாக மேயுமாறு விட்டுவிட்டேன். ஒரு ஆண்டு கழித்து அவை இருபத்து நான்காக பெருகிவிட்டன. மிகக் குறைவான முட்டை பற்றிய விவாதம் நடைபெற்றுக் கொண்டிருந்த போது, அப்பறவைகள் குஞ்சுகளை வளர்ப்பதில் மும்முரமாய் இருந்தன.

முதல் ஆண்டில், நாட்டுக் கோழிகளைக் காட்டிலும், லெக்கான் இனம் அதிக முட்டைகள் இடும் என்றாலும், ஒரு ஆண்டு கழித்து அவை சோர்வடைந்து விடுகின்றன. ஆனால் நான் வளர்த்த நாட்டுக் கோழிகள் ஒரு ஆண்டில் ஆரோக்கியமான பத்து கோழிகளாக வளர்ந்து பழத்தோட்டத்தில் அலைந்து திரிகின்றன. மேலும் லெக்கான் அதிக முட்டையிடுவதற்குக் காரணம் அவை செயற்கை முறையில் அதிக சத்தூட்டப்பட்ட தீவனத்தை உண்கின்றன. அத்தீவனம் இறக்குமதி செய்யப்படுவதால், வியாபாரிகளை நம்பி இருக்க வேண்டிய நிலை உள்ளது. ஆனால் உள்ளூர்ப் பறவைகளோ, ஆங்காங்கு அலைந்து திரிந்து, கிளறி விதைகளையும், சிறு புழு பூச்சிகளையும் தின்று, சுவையான, இயற்கையான முட்டைகளை ஈனுகின்றன.

வாணிபக் காய்கறிகள் இயற்கையிலிருந்து விளைபவை என்று நீங்கள் எண்ணினால், அது மாபெரும் தவறு. இத்தகைய காய்கறிகள், நைட்ரஜன், பாஸ்பரஸ், பொட்டாஷ் போன்ற வேதிப்பொருட்கள், விதையின் சிறு உதவி மூலம் கலவையாக்கப்பட்டப் பொருள்தான். அவைகளைச் சுவைத்தால் அப்படித்தான் இருக்கும். வாணிபக் கோழி முட்டைகள் (அவைகளை முட்டைகள் என்று அழைக்கலாம் என்னும் பட்சத்தில்) செயற்கைத் தீவனம், வேதிப்பொருட்கள், மற்றும் ஹார்மோன்களின் கலவையைத் தவிர வேறு ஒன்றுமில்லை. இது இயற்கையின் பரிசல்ல. முட்டை வடிவில் உள்ள, மனிதனால் உருவாக்கப்பட்ட ஒரு செயற்கைப் பொருள். இத்தகைய முட்டைகள்

மற்றும் காய்கறிகளை உற்பத்திச் செய்பவன் விவசாயி அல்ல. நான் அவரைத் தொழிலுற்பத்தியாளன் என்றே அழைப்பேன்.

அத்தகைய தொழிலுற்பத்திக் குறித்துதான் நீங்கள் பேசுகிறீர்கள் எனில் அதில் லாபம் அடையவேண்டுமென்றால் சில தகிடு தத்தங்களை நீங்கள் செய்ய வேண்டியிருக்கும். ஆனால் வாணிப விவசாயி லாபம் எதுவும் சம்பாதிப்பதில்லையாதலால், அவனைக் கணக்கு போடத் தெரியாத வியாபாரியாகக் கருதலாம். அத்தகைய ஒரு பிறவியை மடையன் என்று கருதி, அரசியல்வாதிகளும், விற்பனையாளர்களும் அவன் தலையில் மிளகாய் அரைக்கிறார்கள்.

பழங்காலத்தில், போர்வீரர்கள், விவசாயிகள், கலைஞர்கள் மற்றும் வியாபாரிகள் இருந்தனர். வியாபாரத்தைக் காட்டிலும் வேளாண்மை பொருட்களின் ஆதாரங்களுக்கு அருகாமையில் இருந்தது. அதனால் விவசாயி கடவுளின் தூதராக கருதப்பட்டார். அவனுக்கு எப்படியோ சாப்பிடக் குறையில்லாமல் கிடைத்து வந்தது.

ஆனால் இப்பொழுது பணம் சம்பாதிக்க முண்டியடித்துக் கொண்டு அனைவரும் செல்கின்றனர். மிகவும் நவீனமாகத் திராட்சை, தக்காளி போன்றவை வளர்க்கப்படுகின்றன. வெப்ப அறைகளில் பூக்களும், பழங்களும் பருவ காலம் தவறி வளர்க்கப்படுகின்றன. மீன் வளர்ப்பும், கால்நடை வளர்ப்பும், அதிக லாபம் தருவதால் புகுத்தப்பட்டுள்ளன.

பொருளாதரக் கப்பலில், வேளாண்மையும் குதித்து விட்டால் என்ன விளையும் என்பதையே இவை சுட்டிக்காட்டுகின்றன. விலையில் ஏற்படும் ஏற்ற இறக்கங்கள் பயங்கரமானவை. லாபம் உண்டுதான் என்றாலும் இழப்புகளுக்கும் குறைவு கிடையாது.

தோல்வியைத் தவிர்க்க முடியாது. ஜப்பானிய வேளாண்மை தறிகெட்டு போய்க்கொண்டு இருப்பதால், நிலை தடுமாறிக் கொண்டிருக்கிறது. வேளாண்மையின் அடிப்படை விதிகளில் இருந்து விலகி, ஒரு வியாபாரமாக மாறிக் கொண்டிருக்கிறது.

யாருடைய நன்மைக்காக ஆய்வுகள்?

நான் முதன்முதலில் நேரடி விதை விதைப்பில் இறங்கிய போது, கதிர் அரிவாளால் அதை அறுவடை செய்ய திட்டமிட்டு இருந்தேன். அதனால் விதைகள் வரிசையாக நடுவது சௌகரியமாக இருக்கும் என்று கருதினேன். பல முயற்சிகளுக்குப் பிறகு பல தப்பும் தவறும் செய்து திருத்திக் கொண்டு, கைகளால் விதை விதைக்க ஒரு சிறு கருவியைக் கண்டுபிடித்தேன். இக்கருவி விவசாயிகளுக்கு நடைமுறையில் மிகவும் பயன்படும் என்று நான் கருதியதால், அதை ஆய்வு மையத்திற்கு எடுத்துச் சென்றேன். நாம் இன்று மாபெரும் எந்திர யுகத்தில் வாழ்ந்து வருவதால், என்னுடைய "விசித்திர பொறி" க்கு இங்கு வேலை இல்லை, என்று கூறிவிட்டான் அம் மையத்திலுள்ள ஒருவன்.

பின்னர் நான் வேளாண்மைக் கருவிகள் உற்பத்தி செய்யும் ஒருவரை அணுகினேன். அவர் கூறினார், "இதை எவ்வளவு முயற்சி செய்தாலும் நாற்பது ஐம்பது ரூபாய்களுக்கு மேல் விற்க முடியாது. மேலும் இதை விற்றால், நான் ஆயிரக்கணக்கான ரூபாயில் விற்பனை செய்யும் டிராக்டருக்கு தேவை இருக்காது என்று விவசாயி நினைக்கத் துவங்கி விடுவான்". இப்பொழுது கடைபிடித்து வரும் முறையானது, விதைப்பு இயந்திரம் ஒன்றை விரைவாகக் கண்டுபிடித்து, அதை வேகமாக விற்பனை செய்து விட்டு, வேறொன்றிற்குத் தாவிவிடுவதாகும். சிறிய டிராக்டருக்கு பதிலாக பெரிய டிராக்டர் உருவாக்கிக் கொண்டிருக்கும் இத்தருணத்தில் என் கண்டுபிடிப்புப் பிற்போக்குத் தனமானதாக தோன்றியிருக்கிறது. இக்கால தேவைகளுக்கு ஈடு கொடுக்கும் விதத்தில், இத்தகைய பயனற்ற ஆராய்ச்சிகளில் நிதி கொட்டப்படுகிறது. என் கண்டுபிடிப்பு என் வீட்டில் ஒரு மூலையில் இன்று உறங்குகிறது.

வேதிப்பொருட்கள் மற்றும் வேதி உரங்கள் கதையும் இதுதான். விவசாயியை மனதில் வைத்து உரங்கள் தயாரிக்கப்படுவதில்லை. பணம் சம்பாதிப்பதற்காக ஏதாவது ஒன்று கண்டுபிடிக்கப்படுகிறது. ஆய்வு மையங்களில் வேலை செய்யும் தொழில் வல்லுனர்கள், சிறிது

காலத்திற்குப் பிறகு வேலையை விட்டுவிட்டு, பெரிய வேதியல் நிறுவனங்களில் சேர்ந்துவிடுகிறார்கள்.

அண்மையில், வேளாண்மை மற்றும் வன அமைச்சகத்தைச் சார்ந்த தொழில் வல்லுநரான அசாடா என்பவருடன் பேசிக்கொண்டிருந்த போது அவர் ஒரு சுவையான கதை சொன்னார். வெப்ப அறைகளில் விளைவிக்கப்படும் காய்கறிகள் ருசியற்று இருப்பது கவனத்திற்கு கொண்டு வரப்பட்டதும் அண்மையில் சந்தைக்கு அனுப்பப்பட்ட கத்திரிக்காயில் வைட்டமின்கள் இல்லாமல் இருந்ததும், வெள்ளரிக்காயில் சுவையேதும் இல்லாமல் இருந்ததும், இவரிடம் கூறப்பட்டவுடன், இவர் அதை ஆராய்ந்துள்ளார். இவர் அதற்கு, சூரியனின் சில கதிர்களால், வெப்ப அறையில் கண்ணாடி மற்றும் பிளாஸ்டிக் போட்டு மூடி வைக்கப்பட்டிருக்கும் தாவரங்களை அடைய முடியாததே காரணம் என்று கண்டுபிடித்தார். இப்பொழுது இவரது விசாரணை, வெப்ப அறைகளில் உள்ள ஒளி அமைப்புகள் குறித்து நடைபெறுகிறது.

இதில் அடிப்படையான கேள்வி என்னவெனில், குளிர் காலத்தில் மனித இனம் வெள்ளரிக்காயும், கத்தரிக்காயும் சாப்பிட்டே ஆக வேண்டுமா என்பதுதான். இதை விலக்கி விட்டு பார்த்தால், அவர்கள் குளிர்காலத்தில் இதைப் பயிர் செய்வதற்கு ஒரே காரணம் நல்ல லாபம் சம்பாதிக்கலாம் என்ற நோக்கம்தான். யாராவது எப்படியாவது அதை முதலில் வளர்க்கிறார்கள். பின்னால், அதில் எவ்வித சத்தும் இல்லை என்பது கண்டுபிடிக்கப்படுகிறது. அதற்குப் பின்னர் அதிலுள்ள சத்து இழப்பைத் தடுத்துவிட வேண்டும் என்று தொழில் வல்லுநர்கள் எண்ணுகின்றனர். பிரச்சனை ஒளி அமைப்பில்தான் என்று எண்ணுவதால், அதை அவன் ஆராயத் துவங்குகிறான். வெப்ப அறைகளில், வைட்டமின்கள் நிறைந்திருக்கும் கத்திரிக்காயை உண்டு பண்ணி விட்டால், எல்லாமே சரியாகிவிடும் என்று அவன் நினைக்கிறான். இத்தகைய ஆராய்ச்சிகளில் தங்கள் வாழ்நாள் முழுவதையும் சில தொழில் வல்லுநர்கள் செலவிடுகிறார்கள் என்று நான் கேள்விப் பட்டேன்.

இத்தகைய கத்தரிக்காயை உற்பத்தி செய்ய இவ்வளவு முயற்சியும் பணமும் செலவு செய்யப்படுவதால், அது அதிகச் சத்துடையதாக இருக்கும் என்று கூறப்படுகிறது. அதனால் அதிக விலை வைத்து, நன்றாகவே விற்கப்படுகிறது. "அது லாபகரமாக இருக்கும் பட்சத்தில், அதை விற்கமுடியும் பட்சத்தில், அதில் எந்தத் தவறுமே

மசானபு ஃபுகோகா • 97

இருக்க முடியாது".

இயற்கையாக விளையும் காய்கறிகளையும், பழங்களையும் மனிதன் எவ்வளவுதான் முயற்சி செய்தாலும் மேம்படுத்த முடியாது. செயற்கையான வழிகளில் வளர்க்கப்படும் பொருட்கள் மனிதர்களின் வாழிடம் ஆசைகளைத் தணித்தாலும், அது மனித உடலைப் பலகீனப்படுத்தி, உடலின் வேதியலை மாற்றி, அத்தகைய உணவிற்கு அடிமையாக்கி விடுகின்றன. இப்படி நிகழும் போது வைட்டமின் மாத்திரைகளும், மருந்துகளும் இன்றியமையாததாகி விடுகின்றன. இது விவசாயிக்கு கஷ்டத்தையும், நுகர்வோருக்குப் பிரச்சனைகளையும் உண்டாக்குகிறது.

மனிதனுக்கான உணவு என்பது எது?

ஒருநாள், ஒரு தொலைக்காட்சி நிறுவனத்தில் இருந்து வந்த ஒருவர், இயற்கை உணவின் வாசனை பற்றிக் கூறுமாறு கேட்டார். நாங்கள் பேசிக் கொண்டிருந்தோம். பின் அவரை நான், கூட்டுறவுப் பண்ணையில் விளைந்த முட்டையையும், என் பண்ணையில் மேய்ந்து திரியும் கோழிகள் இட்ட முட்டையையும் ஒப்பிடுமாறு கேட்டேன். கூட்டுறவுப் பண்ணை முட்டை மென்மையாகவும், நீர் நிறைந்தும், வெளுத்த மஞ்சள் நிறத்திலும் இருந்தது என்பதை அவர் கண்டார். என் பண்ணையிலுள்ள முட்டைகள் உறுதியாகவும், பிரகாச மான ஆரஞ்சு நிறத்திலும் காணப்பட்டன. நகரத்தில் ஒரு உணவகம் வைத்திருக்கும் ஒரு பெரியவர் இந்த இயற்கை முட்டைகளைச் சுவைத்துவிட்டு, "இதுதான் உண்மையான முட்டை" என்று கூறி, ஏதோ புதையல் கிடைத்தது போன்று மகிழ்ந்து போனார்.

என் பழத்தோட்டத்திற்கு இடையில், களைகள் மற்றும் தீவனப் பயிரின் ஊடே, பலவகையான காய்கறிகளை நான் வளர்க்கிறேன். வெள்ளரி, சுரை, நிலக்கடலை, காரட், உருளைக்கிழங்கு, வெங்காயம், இலைக்கடுகு, முட்டைக்கோஸ், பலவகை பீன்ஸ்கள், மற்றும் சில மூலிகைகளும் காய்கறிகளும் ஒன்றாக அங்கு வளர்கின்றன. இப்படிக் கலந்து வளர்க்கப்படும் காய்கறிகளுக்கு, வீட்டுத்தோட்டத்திலும், வேதியற்பொருட்களின் உபயோகத்திலும் வளர்க்கப்படும் காய்கறிகளைவிட சிறந்த மணம் இருக்கிறதா என்று எங்கள் பேச்சு சென்றது அதை நாங்கள் ஒப்பிட்டுப் பார்த்தபோது "காட்டியல்போடு" வளர்க்கப்பட்டக் காய்கறிகள் சிறந்த மணமுடைய தாக இருந்தது.

நான் அவரிடம், தயார் செய்யப்பட்ட ஒரு பூமியில், வேதியல் உரங்களைப் போட்டு, வளர்க்கப்படும் காய்கறிகளுக்கு, நைட்ரஜன், பொட்டாஷ் மற்றும் பாஸ்பரஸ் ஆகியவை மட்டும் கிடைக்கின்றன. ஆனால் கரிமச்சத்து மிகுந்த, இயற்கையான மண்ணில் காய்கறிகள் வளர்க்கப்படும்போது அவற்றில் சத்துக்கள் சரிவிகத அளவில் உள்ளன. பலவகையான களைகளும் புற்களும் இருக்கிறதென்றால், காய்கறி

களுக்கு பலவிதமான சத்துக்களும் நுண்சத்துகளும் கிடைக்கும் என்று பொருள். இத்தகைய மண்ணில் விளையும் பயிர்கள் நல்ல சுவையும் மணமும் உடையதாக இருக்கின்றன.

மலைகளிலும் சமவெளியிலும் விளைகின்ற காட்டுக் காய்கறிகளும், சாப்பிடக்கூடிய மூலிகைகளும் மிகுந்த சத்துடையதாகவும் மருத்துவ குணமுடையதாகவும் விளங்குகின்றன. உணவும் மருந்தும் வேறு வேறல்ல. ஒரே நாணயத்தின் இரு வேறு பக்கங்கள். வேதியல் ரீதியாக விளைவிக்கப்பட்டக் காய்கறிகள் உணவாக வேண்டுமானால் பயன் படுத்தப்படலாம். ஆனால் அவற்றிற்கு மருத்துவ குணம் கிடையாது.

வசந்தத்தின் ஏழு மூலிகைகளை நீங்கள் பறித்து உண்டால் உங்களுக்கு புத்தணர்வு ஏற்படும். அவை பதற்றத்தைத் தணித்து, மனதையும் உடலையும் அமைதிப்படுத்துகின்றன. பழங்காலத்தில் குழந்தைகளின் பலவித நோய்களுக்கு இம்மூலிகைகள் வெற்றிகரமாக பயன்படுத்தப்பட்டன.

காட்டு உணவுகளில், சிறு பூச்சிகள் ஒதுக்கப்பட்டுவிடுகின்றன. இரண்டாம் உலகப்போரின் போது, நான் வேலை செய்து வந்த ஆராய்ச்சி மையத்தில், தென்கிழக்கு ஆசியாவில், சாப்பிடக்கூடிய பூச்சியினங்களைக் கண்டுபிடிக்குமாறு நான் கேட்டுக் கொள்ளப் பட்டேன். நான் இதை ஆராய்ந்தபோது, அனைத்து பூச்சியினங்களும் உண்ணக்கூடியவையே என்று தெரிந்தது என்னையே வியப்படைய வைத்துவிட்டது.

எடுத்துக்காட்டாக, பேன், உண்ணி போன்றவை சாப்பிடக் கூடியவை என்று ஒருவரும் நினைத்திருக்க மாட்டார்கள். அதை மாரிக்கால தானியத்தோடு வறுத்து தின்றால் காக்காய் வலிப்பு நோய்க்கு மருந்தாகும். அதே போல உண்ணிகள் பனிக்கடுப்பு நோய்க்கு ஏற்ற மருந்தாகும். அனைத்துப் பூச்சியினங்களின் லார்வாக்களும் (முட்டைப்புழுக்களும்) உண்ணக்கூடியவையே. ஆனால் அவை உயிரோடு இருக்க வேண்டும். சாதாரண பட்டு புழுவைக் கொண்டு செய்யப்படும், உணவு மிகவும் ருசியாக இருக்கும் என்றும் விட்டில் பூச்சியை, இறகுகளில் உள்ள பொடியைத் தட்டி விட்டு உண்டால் சுவையாக இருக்கும் என்று பழைய புத்தகங்களில் கண்டேன்.

சுவை என்ற நோக்கில் இருந்து பார்த்தாலும், உடல் நலம் என்ற நோக்கில் இருந்து பார்த்தாலும், மக்கள் சாதாரணமாக ஒதுக்கித் தள்ளும் பல செயல்கள் சுவையானதாகவும், உடல் நலத்திற்கு

ஏற்புடையதாகவும் இருக்கின்றன.

காய்கறிகள் உயிரியல் ரீதியாக, தங்களது மூதாதையர்களான காட்டுச் செடிகளுக்கு நெருங்கிய உறவாக இருக்கும்போது, சுவையாகவும், சத்துமிகுந்ததாகவும் விளங்குகின்றன. ஆனால் நவீன மனிதனுக்கு, காட்டுக் குணத்திலிருந்து விலகி விட்ட காய்கறிகளின் மணமே பிடித்துள்ளது.

இதே போன்ற சுவை விருப்பங்கள் இறைச்சி உணவுகளுக்கும் பொருந்தும். வீட்டுக் கோழிகள் மற்றும் தாராக்களை விட, காட்டுப்பறவைகள் உடலுக்கு மிகச் சிறந்தன. ஆனால் இயற்கையான சுற்றுச்சூழலை விட்டு, வளர்க்கப்படும் பறவைகள் மிகுந்த சுவையுடையதாகக் கருதப்பட்டு, அதிக விலைக்கு விற்கப்படுகின்றன. பசும் பாலை விட ஆட்டுப்பால், அதிக சத்து உடையது என்றாலும் பசும் பாலே அதிகமாக விரும்பப்படுகிறது.

ஒருவரின் உணவுப்பழக்கம் அவரது சொந்த விருப்பத்தைப் பொறுத்தது என்று கூறப்படுவது ஏமாற்றுவித்தை. ஏனெனில் இயற்கைக்குப் புறம்பான ஒரு உணவுப்பழக்கம் மீனவர்கள் மற்றும் விவசாயிக்கு அதிகத் துன்பத்தை தருகின்றன. ஒருவரின் விருப்பம் அதிகமாக அதிகமாக, அதை நிறைவு செய்ய, அதிகமாக ஒருவர் உழைக்க வேண்டியிருக்கும். சிலவகை பிரபல கடல்மீன்கள், கடலின் உள்ளே வெகுதூரத்தில் தான் இருக்கும். சிலவகைகள் உள்நாட்டு கடலிலேயே இருக்கும். சத்துரீதியாக பார்த்தால் நன்னீர் மீன்களே, உப்பு நீர் மீன்களைவிடச் சிறந்தது. அருகே சிறந்தது கிடைப்பதை விடுத்து, வெகுதூரம் அலைவது எவருக்கும் பலனைத் தரப் போவதில்லை.

அதாவது கைக்கெட்டியதை ஏற்றுக்கொண்டால் பிரச்சனையே இருக்காது. ஒரு கிராமத்தில் இருக்கும் விவசாயிகள் அங்கு விளையும் உணவையே உட்கொண்டால் அது தவறு ஒன்றும் கிடையாது. என் பண்ணையில் என்னுடன் வசிக்கும் மாணவர்கள் அங்கு விளையும் உணவையே உண்கின்றனர். அது சுவையாகவும் மணமாகவும் இருப்பதோடு, உடலுக்கும் நல்லது.

என் கால் ஏக்கர் வயலில் விளையும் தானியங்களைக் கொண்டு ஐந்து பத்து பேர் உயிர்வாழ முடியும். அவர்கள் செய்ய வேண்டிய வேலை ஒரு நாளைக்கு ஒரு மணி நேரத்திற்கு மேல் இருக்காது. ஆனால் இதே நிலத்தை மேய்ச்சல் நிலமாக மாற்றினால், ஒருவர்தான் அதைச் சார்ந்து வாழ முடியும். மனிதனுக்கு நேரடியாக உணவளிக்கக்

கூடிய வகையில் வயல்கள் விளங்கும்போது இறைச்சி உணவு ஆடம்பர மானது தான். (ஜப்பானின் கிட்டத்தட்ட மொத்த இறைச்சியுமே இறக்குமதி செய்யப்படுகிறது). மிகவும் செலவழித்து உற்பத்தி செய்யப்படும் இத்தகையப் பொருட்களை உண்ணுவது மூலம் மனிதன் எத்தகைய துன்பங்களை உருவாக்குகிறான் என்பதை ஒவ்வொருவரும் உணரவேண்டும்.

உள்ளூரில் உற்பத்திச் செய்யப்படும் காய்கறிகள் மற்றும் தானியங்களைக் காட்டிலும் இறைச்சி மற்றும் இதர இறக்குமதி உணவுப் பொருட்கள் அதிகப் பணமும், சக்தியும் கொண்டு உற்பத்திச் செய்யப்படுவதால் அவை ஆடம்பரப் பொருட்களே. ஆடம்பரப்பசி உடையவர்களைக் காட்டிலும், உள்ளூர் பொருட்களை உண்பவர்கள் குறைந்த உழைப்பையும், குறைந்த நிலத்தையும் பயன்படுத்து கின்றனர்.

மக்கள் இறைச்சியையும், இறக்குமதி உணவுகளையும் தொடர்ந்து உண்டு வருவார்களேயானால், இன்னும் 10 ஆண்டுக்குள், ஒரு உணவு நெருக்கடியை ஜப்பான் சந்திக்கும். முப்பது ஆண்டுகளுக்குள் உணவுப் பற்றாக்குறை ஏற்படும். அரிசி உணவில் இருந்து ரொட்டி உணவிற்கு மாறியதன் மூலம், தங்களது தினசரி வாழ்வில் முன்னேற்றம் ஏற்பட்டு விட்டதாக ஜப்பானியர் கருதுவது மடத்தனமானது. உண்மை இதற்கு நேர் எதிரானது, சம்பா அரிசியும் காய்கறிகளும் சாதாரணமாகப் பட்டாலும், மிகுந்த சக்தி வாய்ந்தது. மனிதன் எளிமையாக வாழ அது உதவுகிறது.

நமக்கு ஒரு உணவு நெருக்கடி ஏற்பட்டால், அது இயற்கையின் உற்பத்திச் சக்தியின் பற்றாக்குறையால் விளைந்ததாக இருக்காது. மனிதனின் அபரிமிதமான ஆசையின் விளைவாகவே அது ஏற்படும்.

பார்லியின் கருணைக் கொலை

40 ஆண்டுகளுக்கு முன்பு, அமெரிக்காவிற்கும் ஜப்பானுக்கும் இடையே இருந்த பகைமை காரணமாக, அமெரிக்காவில் இருந்து கோதுமை இறக்குமதி செய்யப்படாமல் இருந்தது. அப்போது, உள்ளூரிலேயே கோதுமையை வளர்க்க நாடு முழுவதும் பெரும் முனைப்பு ஏற்பட்டது. அமெரிக்க கோதுமை வகைகள் விளைய அதிக காலம் எடுத்துக் கொண்டு, மழைக்கால மத்தியில் அறுவடைக்கு தயாராகி நின்றன. விவசாயி எவ்வளவு சிரமப்பட்டு வளர்த்தாலும், அறுவடையின்போது அவை அழுகி நாசம் விளைந்தது. இந்த வகைகள் நம்பத் தகாததாகவும், நோய் எளிதில் தாக்கக் கூடியதாகவும் இருந்ததால், விவசாயிகள் கோதுமை வளர்க்க விரும்பவில்லை. மேலும் இவற்றின் சுவையும் நன்றாக இல்லை.

பாரம்பரிய ஜப்பானிய ரை (Rye) மற்றும் பார்லி ஆகியவை விரைவில் வளர்ந்து மழைக்காலத்திற்கு முன்பு அறுவடை செய்யப் பட்டுவிடுவதால், பாதுகாப்பானவையாக விளங்கின. ஆனால் அவர்கள் மீது கோதுமை விளைச்சல் திணிக்கப்பட்டது. கோதுமைப் பயிரிடுவதால் ஒரு பயனும் இல்லை என்று ஒவ்வொரு விவசாயியும் கூறி நகைத்தாலும், அரசின் திட்டத்தோடு ஒத்துப்போனார்கள்.

போருக்குப் பின்னர், அமெரிக்க கோதுமை ஏராளமாக இறக்குமதி செய்யப்பட்டது. அதனால் ஜப்பானில் விளைந்த கோதுமையின் விலை சரிந்தது. ஜப்பானிய விவசாயிகள் கோதுமை விளைச்சலை கைவிட மற்றுமொரு காரணம் கிடைத்தது. "கோதுமையை கைவிடு" என்ற கோரிக்கையை அரசு வேளாண்மைத் தலைவர்கள் நாடெங்கிலும் பரப்ப, விவசாயிகள் மகிழ்ச்சியுடன் அதை ஏற்றார்கள். இறக்குமதி செய்யப்பட்ட கோதுமையின் விலை மிகவும் குறைவாக இருந்ததால், அரசு, மாரிக்காலப் பயிர்களான பார்லி, ரை போன்றவற்றின் விளைச்சலை நிறுத்த ஊக்குவித்தது. இத்திட்டம் கடைபிடிக்கப்பட்டதால், ஜப்பானிய நிலங்கள், மாரிக்காலம் முழுவதும் வெறுமனே கிடந்தன.

பத்து ஆண்டுகளுக்கு முன்பு தொலைக்காட்சியின் "இவ்வாண்டின் சிறந்த விவசாயி" போட்டிக்கு, எமிபெர்பெக்சர் சார்பில் கலந்துகொள்ள தேர்ந்தெடுக்கப்பட்டேன். அப்போது தேர்வு செய்யும் குழுவின் உறுப்பினர் ஒருவர், "ஃபுகோகா, நீங்கள் ஏன் பார்லி, ரை விதைப்பதை கைவிட்டுவிடவில்லை?" என்று கேட்டார். நான், "ரை, பார்லி வளர்ப்பது மிகவும் சுலபமானது; அதை நெற்பயிரை அடுத்து வளர்ப்பதன் மூலம், ஜப்பானின் நிலங்களில் இருந்து அதிகக் கலோரிகளை உற்பத்தி செய்ய முடியும். அதனால்தான் நான் அதைக் கைவிடவில்லை" என்று கூறினேன்.

வேளாண்மை அமைச்சகத்தின் விருப்பங்களுக்கு எதிராக உறுதியாக நிற்கும் ஒருவருக்கு சிறந்த விவசாயி பட்டம் கிடைக்காது என்பது எனக்கு தெளிவாகியது. நான் கூறினேன், "அதுதான் சிறந்த விவசாயி பட்டத்தைப் பெற குறுக்கே நிற்கிறது என்றால், அது இல்லாமலேயே நான் நன்றாகவே இருக்கிறேன்." தேர்வுக் குழுவிலுள்ள ஒருவர் பின்னர் என்னிடம், "நான் பல்கலைக்கழகப் பணியை விட்டுவிட்டு, விவசாயியாக மாறினால் நான் உங்களைப் போன்றே கோடையில் நெல்லும், மாரிக்காலத்தில் பார்லி, ரை போன்றவற்றையும் பயிர் செய்வேன்" என்று கூறினார்.

இதற்குச் சிறிது காலம் கழித்து பல்கலைக்கழகப் பேராசிரியர் களுடன் தொலைக்காட்சிக்காக ஒரு விவாதம் நடந்தது. அதில் மீண்டும் "நீங்கள் ஏன் பார்லி, ரை விளைச்சலைக் கைவிட்டு விடவில்லை?" என்ற கேள்வி கேட்கப்பட்டது. ஒரு டஜன் காரணங் களுக்காக, நான் அதை கைவிட முடியாது என்று கூறத் துவங்கினேன். அச்சமயத்தில் தான் மாரிக்கால பயிரின் "கருணைக்கொலை" பற்றிய கோஷம் எங்கும் தாண்டவமாடிக் கொண்டு இருந்தது. 'கருணைக் கொலை' என்பது மிகவும் பண்பான வார்த்தை. உண்மையில் வேளாண்மை அமைச்சகம் அதன் கழுத்தை நெறித்து பச்சைக்கொலை செய்து கொண்டிருந்தது. மாரிக்கால பயிர் விளைச்சலை ஒரு முடிவுக்கு கொண்டு வருவதற்கான விவாதமே அது என்பது எனக்குத் தெளிவானதும், நான் மிகவும் சீற்றம் கொண்டு வெடித்து விட்டேன்.

40 ஆண்டுகளுக்கு முன்பு, ஒரு பயனற்ற சிரமமான அந்நியப்பயிரான கோதுமையை விளைவிக்க அறைகூவல் விடப் பட்டது. பிறகு, ஜப்பானிய வகையான ரை, பார்லி ஆகியவை, அமெரிக்க கோதுமைக்கு நிகரான சத்துடையவை அல்ல என்று கூறப் பட்டதால், விவசாயிகள் அந்த பாரம்பரிய வகைகளை பயிரிடப்

படுவதையும் நிறுத்திவிட்டனர். மக்களின் வாழ்க்கைத் தரம் மிகவேகமாக துள்ளிக் குதித்து எகிறியதும், இறைச்சி, முட்டை, பால், ரொட்டி ஆகியவற்றை உண்ண வேண்டுகோள் விடப்பட்டது. சோயா பீன்ஸ், கோதுமை, சோளம் ஆகியவை அதிகமாக இறக்குமதி செய்யப் பட்டன. இதனால் ஜப்பானிய விவசாயிகள் தாங்கள் விளைவிக்காத பொருட்களை விலை கொடுத்து வாங்குவதற்காக, பகுதிநேர வேலையில் ஈடுபட வேண்டிய நிர்பந்தத்திற்கு ஆளானார்கள்.

இப்பொழுது உணவுப் பற்றாக்குறைக் குறித்த அக்கறை திடீரென்று உதித்துள்ளது. மீண்டும் ரை, பார்லியில் தன்னிறைவு அடைவது என்ற கோஷம் முன் வைக்கப்படுகிறது. அரசு மானியம் வழங்கப்படும் என்று கூட அறிவிக்கப்பட்டுள்ளது. ஓரிரு ஆண்டு களுக்கு அவற்றை வளர்த்து விட்டு, பின்னர் மீண்டும் கைவிடுவது என்பது விவேகமான செயலல்ல. செம்மையான வேளாண்மைக் கொள்கை வகுக்கப்பட வேண்டும். வேளாண்மை அமைச்சகத்திற்கு வயலில் விளைவிக்கப்படும் தானியங்களுக்கும், மக்களின் உணவுப் பழக்கத்திற்கும் உள்ள தொடர்பும் புரிபடாத வரை தெளிவான நிலையான வேளாண்மைக் கொள்கை என்பது கனவாகவே இருக்கும்.

அமைச்சகத்தின் பணியாளர்கள், மலைகளுக்கும், சமவெளிகளுக் கும் சென்று, இளவேனிற் காலத்தின் ஏழு மூலிகைகளையும் சுவைத்துப் பார்த்தால், மனிதனுக்குச் சத்தை அளிக்கவல்லவை எது என்று புரியும். மேலும் விசாரணை செய்தால், பாரம்பரிய ஜப்பானிய வகைகளை வளர்த்தாலே, நாம் சிறப்பாய் வாழலாம் என்பது விளங்கும், விவசாயிகள் அதைத்தான் வளர்க்க வேண்டியிருக்கும் பட்சத்தில், வேளாண்மையும் சுலபமாகிவிடும்.

இதுவரை, நவீன பொருளாதார நிபுணர்களைப் பொறுத்தவரை, சிறிய, தன்னிறைவு உடைய வேளாண்மை என்பது தவறானது; அது மிகவும் புராதன காலத்தைச் சேர்ந்தது; அதை எவ்வளவு விரைவில் முடியுமோ அவ்வளவு விரைவாக ஒழிக்க வேண்டும். அமெரிக்க மாதிரி வேளாண்மை செய்வதற்கு வசதியாக, பெரிய அளவு வேளாண்மைக்கு நாம் மாற வேண்டும் என்ற கருத்து நிலவுகிறது. இந்த வகை சிந்தனைப்போக்கு வேளாண்மையில் மட்டும் இல்லை; எல்லாப் பகுதியிலும் வளர்ச்சி இந்தத் திசை நோக்கியே செல்கிறது.

இதன் குறிக்கோள், வேளாண்மையில் மிகக்குறைவான மக்களே இருக்குமாறு பார்த்துக் கொள்வதாகும். குறைவான மக்கள், மாபெரும்

நிலங்கள், நவீன இயந்திரங்கள் அதிக சாகுபடியை அளிக்கும் என்று வேளாண்மை அதிகாரிகள் கூறுகிறார்கள். அதுதான் வேளாண்மை முன்னேற்றம் என்று கூறப்படுகிறது. போருக்குப் பின்னர் 70 முதல் 80 சதவீதம் மக்கள் ஜப்பானில் விவசாயிகளாக இருந்தனர். இது மெதுவாகக் குறைந்து 50 சதவீதமாகி, 30 சதவீதமாகி, இன்று கடைசியாக 14 சதவீதத்தில் வந்து நிற்கிறது. வேளாண்மை அமைச்சகத்தின் நோக்கம் அமெரிக்க, ஐரோப்பிய இலக்கை அடைவதாகும். அதை அடைய அமைச்சகம் 10 சதவீத மக்களை மட்டும் விவசாயத்தில் ஈடுபடச் செய்து, மற்றவர்களை அதைவிட்டு துரத்திவிட நினைக்கிறது.

என்னைப் பொறுத்தவரை, 100 சதவீத மக்களும் வேளாண்மையில் ஈடுபடுவது தான் மிகச்சரியானது. ஜப்பானில் ஒவ்வொரு குடிமகனுக்கும் ஒரு கால் ஏக்கர் நிலம் அளிக்குமளவு நிலம் உள்ளது. ஐந்து பேர் அடங்கிய குடும்பத்திற்கு 1 1/4 ஏக்கர் நிலம் இருந்தால் ஆண்டு முழுவதும் அவர்கள் அதைச் சார்ந்தே இருக்கலாம். இயற்கை வேளாண்மையும் செய்யப்பட்டால், அவர்களுக்கு ஏராளமான ஓய்வு நேரமும் கிடைக்கும். அதை அவர்கள் உள்ளூர் கிராமச் சமுதாயத்தின் சமூக மற்றும் இதர நடவடிக்கைகளில் செலவிடலாம். இந்நாட்டை மிக மகிழ்ச்சிகரமான அற்புதமான பூமியாக மாற்ற இதைவிட நேரடியான வழி கிடையாது என்பது என் எண்ணம்.

இயற்கைக்கு உதவு; அனைவரும் நலமுடன் வாழலாம்

மனிதனின் பேராசையே இன்று உலகை இத்தகைய நிலைக்கு கொண்டு வந்துள்ளது.

'வேகம்' 'அதிகம்' போன்ற "வளர்ச்சியின்" தாரக மந்திரங்களே இன்று சமுதாயம் இப்படி உடைந்து நொறுங்கிப் போனதற்கு காரண மாகும். இவை மனிதனை இயற்கையில் இருந்து பிரித்துவிடவே பயன்பட்டன. மனித இனம் பொருள் குவிப்பு மற்றும் தனிப்பட்ட லாபம் ஆகியவற்றிற்கான ஆசையில் ஈடுபடுவதை அறவே நிறுத்தி ஆன்ம விழிப்புணர்வு நோக்கி விரைய வேண்டும்.

வேளாண்மை, மாபெரும் இயந்திர உபயோகத்தில் இருந்து மாறி, உயிரோட்டம் மிகுந்த சிறிய அளவு வேளாண்மைக்குச் செல்ல வேண்டும். பொருளாசையும், உணவுப் பழக்கங்களும் மிகச் சாதாரண விஷயமாக கருதப்பட வேண்டும். இப்படி செய்யப்பட்டால், வேலை சுகமாக இருக்கும்; ஆன்ம சுதந்திரம் அதிகரிக்கும்.

மிகச்சிறிய அளவில் வேளாண்மையில் ஈடுபடும்போது விவசாயி, மிக எளிய, அர்த்தமுள்ள வாழ்வு வாழ்கிறான்.

வெகுகாலத்திற்கு முன்பு, ஒரு ஏக்கர் விவசாயி, ஆண்டு முடிவில், குன்றுகளில் முயல் வேட்டையாடி, ஜனவரி, பிப்ரவரி, மார்ச் மாதங்களைக் கழித்தான். அவன் ஏழை விவசாயி என்று கருதப் பட்டாலும், அவனுக்கு இப்படிப்பட்ட சுதந்திரம் இருந்து வந்தது. இந்தப் புத்தாண்டு விடுமுறை மூன்று மாத காலம் நீடித்தது. படிப்படியாக இது இரண்டாகி, ஒன்றாகி, இன்று மூன்று நாள் விடுமுறையாகிவிட்டது.

புத்தாண்டு விடுமுறையின் இத்தகைய சுருக்கம், விவசாயி தனது எளிமையான, ஆன்மச் செறிவான வாழ்க்கையை இழந்துவிட்டான் என்பதையே குறிக்கிறது. நவீன வேளாண்மையில் ஒரு விவசாயிக்கு ஒரு கவிதை எழுதவோ, ஒரு பாடல் புனையவோ நேரம் கிடைப்பதில்லை.

ஒருநாள், எங்கள் கிராமக் கோவிலை சுத்தப்படுத்தும் பணியில் நான் ஈடுபட்டிருந்தபோது, சுவரில் சில பட்டயங்கள் தொங்குவதைக் கண்டேன். அதைத் துடைத்து பார்த்தபோது, மங்கலாக அதில் இடம் பெற்றிருந்தது ஒரு டஜன் 'ஹைக்கூ' கவிதைகள். இத்தகைய ஒரு சிறிய கிராமத்தில் கூட இருபது முப்பது பேர் சேர்ந்து 'ஹைக்கூ' கவிதை எழுதி, அதை கோவிலுக்கு அளித்துள்ளனர். அக்காலத்தில் மக்களுக்கு வாழ்க்கையில் எவ்வளவு ஓய்வு நேரம் கிடைத்து இருந்தது என்பதைத் தான் இது காட்டுகிறது. அதில் சில கவிதைகள் பல நூற்றாண்டு களுக்கு முந்தியவை. அந்த விவசாயிகள் ஏழைகளாக இருந்திருக்க கூடும்; ஆனால் 'ஹைக்கூ' எழுதும் அளவுக்கு ஓய்வு நேரம் பெற்ற வாய்ப்புடையவர்களாக அவர்கள் இருந்திருக்கிறார்கள்.

இன்று இக்கிராமத்தில் கவிதை எழுதுமளவிற்கு எவருக்கும் நேரம் இல்லை. கடும் குளிர் மாதங்களில், குன்றுகளில் போய் ஓரிரு நாட்கள் முயல் வேட்டையாட ஓரிரு விவசாயிகளால் கூட முடிவதில்லை. இன்று ஓய்வுப்பொழுதின் ஒரே அம்சம் தொலைக்காட்சிதான். விவசாயியின் தினசரி வாழ்வைச் செறிவுறச் செய்த சாதாரண பொழுது போக்குகள் இன்று அழிந்து விட்டன. வேளாண்மை ஆன்மரீதியாக ஏழையாகவும், பலம் குன்றிவிட்டது என்றும் இதைத்தான் குறிப்பிடுகிறேன்.

லாசூ என்ற தாவோமதத் துறவி, முழுமையான, செம்மையான வாழ்க்கையை ஒரு கிராமப்புறத்தில் வாழ்ந்துவிடலாம் என்று கூறுகிறார். ஜென் புத்தமதத்தை நிறுவிய போதி தர்மா, ஒரு குகைக்குள்ளேயே ஒன்பது ஆண்டுகள் வாழ்ந்துள்ளார். பணம் எப்படி சம்பாதிப்பது, எப்படிப் பெருக்குவது, வாணிபப் பயிர்களை எங்ஙனம் வளர்ப்பது அவற்றை எப்படி சந்தைக்கு அனுப்புவது போன்றவை குறித்து கவலைப்படுவது விவசாயியின் வாழ்க்கை முறையல்ல. ஒரு சிறிய நிலத்தில் வாழ்ந்துகொண்டு ஒவ்வொரு நாளின் முழுச்சுதந்திரத்தையும் தன் விருப்பம்போல அனுபவிப்பது தான் வேளாண்மையின் ஆதிகால வழிமுறையாக இருந்திருக்க வேண்டும்.

ஓர் அனுபவத்தை ஒரு பாதி பௌதீகமாகவும் மறுபாதியை ஆன்மீகமாகவும் பிரிப்பது குறுகலானதும் குழப்பமானதும் ஆகும். உணவை மட்டுமே சார்ந்து மக்கள் வாழ்வதில்லை. இறுதியாக மக்களுக்கு உணவு என்றால் என்ன என்பதே சரியாகத் தெரியாது. அதே போல, மக்கள், 'வாழ்க்கையின் உண்மையான பொருளைத்' தேடி, தங்களை சிரமப்படுத்திக் கொள்வதையும் நிறுத்திக்கொள்ள

வேண்டும். இது போன்ற மாபெரும் ஆன்மீக வினாக்களுக்கு விடையை ஒரு போதும் நம்மால் கண்டுபிடிக்க முடியாது; ஆனால் அதைப்புரிந்து கொள்ளாமல் இருப்பதும் சரிதான். நாம் இப்பூமியில் பிறந்து வாழ்ந்து கொண்டிருப்பது நேரடியாக வாழ்வின் யதார்த்தத்தைச் சந்திக்கத்தான்.

பிறந்ததன் விளைவே வாழ்க்கை என்பது இனியும் செல்லுபடியாகக் கூடியதன்று. மக்கள் தங்களுடைய மனித முயற்சியை ஓரமாக வைத்துவிட்டு, இயற்கை வழிகாட்டும் பாதையில் நடந்து சென்றாலே எவரும் பட்டினி கிடக்கவேண்டிய தேவை இல்லாதிருக்கும் நிலையிலேயே இன்று உலகம் உள்ளது.

இங்கு இப்போது வாழ்வது - இதுதான் மனித வாழ்வின் உண்மையான அடிப்படையாகும். ஒரு மேலோட்டமான அறிவியல் அறிவாக்கம் வாழ்வின் அடித்தளமாகும்போது, அவர்கள் என்னவோ மாவுப்பொருள், கொழுப்பு, புரோட்டீன் போன்றவற்றை நம்பி இருப்பது போலவும், தாவரங்கள் நைட்ரஜன், பாஸ்பரஸ் மற்றும் பொட்டாஷ் ஆகியவற்றை சார்ந்திருப்பது போலவும் மக்கள் வாழ்க்கை நடத்திக் கொண்டிருக்கிறார்கள்.

அறிவியலறிஞர்கள், இயற்கையை எவ்வளவுதான் ஆராய்ந்தாலும், இறுதியாக இயற்கை எவ்வளவு செம்மையாகவும், புதிராகவும் இருக்கிறது என்பதை உணர்ந்து கொள்வார்கள். ஆராய்ச்சிகள் மூலமும், கண்டுபிடிப்புகள் மூலமும், மனித இனம் இயற்கையை விட சிறந்த ஒன்றைக் கண்டுபிடிக்கும் என நம்புவது ஒரு மாயை. இயற்கையின் எளிமையைக் கண்டுகொள்வதற்காக மக்கள் அர்த்தமில்லாமல் ஏன் இவ்வளவு சிரமப்பட்டுக் கொண்டிருக்கிறார் கள் என்பது எனக்குப் புரியவில்லை.

வேலையில் ஈடுபட்டிருக்கும் விவசாயியைப் பொறுத்தவரை, இயற்கைக்கு சேவை செய்; அனைவருமே சுகமாக இருக்கலாம் என்பதுதான் அடிப்படையாக இருக்க வேண்டும். வேளாண்மை ஒரு காலத்தில் புனிதமான தொழிலாக இருந்து வந்தது. மனித இனம் இதில் இருந்து விலகியதும் தான், நவீன வாணிப வேளாண்மை உள்ளே புகுந்தது. பணம் சம்பாதிப்பதற்காக பயிர் வளர்க்க விவசாயி முனைந்த உடனேயே, வேளாண்மையின் உண்மையான அடிப்படைகளை அவன் மறந்து விட்டான்.

வியாபாரிக்கும் சமுதாயத்தில் ஒரு பங்கு இருப்பதை மறுப்பதற்கு இல்லை. ஆனால், வியாபாரியின் நடவடிக்கைகளை அதிகமாக

புகழ்ந்துரைப்பதன் மூலம், வாழ்வின் ஆதாரமான விஷயங்கள் குறித்த புரிதலில் இருந்து மக்கள் அந்நியப்பட்டு விடுகின்றனர். இயற்கையின் ஒரு பகுதியாக விளங்கும் வேளாண்மை ஒரு தொழில் என்ற முறையில் இந்த ஆதாரத்திற்கு அருகே நெருங்கி வருகிறது. இயற்கைச் சூழலில் வேலை செய்து அதிலேயே வாழ்ந்து வந்தாலும், இயற்கையைப் புரிந்து கொள்ளாத விவசாயிகள் பலர் உள்ளனர். ஆனால் சிறந்த விழிப்புணர்வு பெற, பல சந்தர்ப்பங்களை வேளாண்மை அளிப்பதாகவே எனக்குப்படுகிறது.

"இளவேனில் மழையைக் கொண்டு வருமா, புயலைக் கொண்டு வருமா என்பது எனக்குத் தெரியாது; ஆனால் நான் இன்று நிலத்தில் வேலை செய்து கொண்டு இருக்கிறேன்." இது ஒரு பழைய நாட்டுப் பாடலின் வரிகள். வேளாண்மை ஒரு வாழ்க்கை முறை என்பதை அது தெளிவாகப் புலப்படுத்துகிறது. அறுவடை எப்படி இருக்குமோ, உண்ணத் தேவையான உணவு கிடைக்குமோ என்ற கவலையன்றி, விதை விதைத்து, இயற்கையின் வழிகாட்டுதலோடு பயிர் வளர்ப்பதே ஒரு சுகானுபவம்.

இயற்கை வேளாண்மை செய்ய பல வழிமுறைகள்

எனக்கு இந்த "வேலை" என்ற சொல்லைக் கண்டாலே பிடிப்பதில்லை. விலங்குகளிலேயே மனித இனம் ஒன்றுதான் வேலை செய்ய வேண்டிய நிலையில் உள்ளது. இதுதான் உலகிலேயே பரிகாசத்திற்குரிய ஒன்று என்று நான் நினைக்கிறேன். மற்ற விலங்குகள் தாங்கள் வாழ்வதன் மூலம் வாழ்க்கை நடத்துகின்றன. ஆனால் மனிதர்கள் மட்டும்தான் பைத்தியக்காரத்தனமாக, அப்படிச் செய்தால்தான் உயிரோடு இருக்க முடியும் என்று நினைத்துக்கொண்டு, வேலை செய்து கொண்டு இருக்கிறார்கள். வேலை பெரிதானால், சவால் பெரிதாக இருக்கும்; அது அற்புதமானது என்று வேறு நினைத்துக் கொள்கிறார்கள். மனித இனம் அத்தகைய எண்ணத்தைக் கைவிட்டுவிட்டு, சுலபமான, சுகமான வாழ்க்கையை ஏராளமான ஓய்வு நேரத்துடன் நடத்தி வருவது நல்லது. வெப்ப மண்டலப் பிரதேசத்தில் உள்ள விலங்குகள், காலையிலும், மாலையிலும் மட்டும் வெளியே வந்து, சாப்பிட ஏதாவது கிடைக்குமா என்று பார்த்துவிட்டு, பகலில் ஒரு நீண்ட உறக்கம் போட்டு வாழ்வது என்ன ஒரு அற்புதமான வாழ்க்கை என்று நான் எண்ணுவதுண்டு.

மனித இனம் இத்தகைய எளிமையான வாழ்க்கையை மேற்கொள்வது, தனது தினசரித் தேவைகளுக்காகத் தானே நேரடியாக உற்பத்தி செய்து உழைப்பதன் மூலமே முடியும். இப்படிப்பட்ட ஒரு வாழ்க்கையில், உழைப்பு என்பது மக்கள் பொதுவாக கருதுகிற ஒன்றாக இருக்காது; எது தேவையோ, அதைச் செய்கிற ஒரு விஷயமாகவே இருக்கும்.

இந்தத் திசையில் செல்வதே என் லட்சியம். என்னுடன் இந்த மலைக்குடிசையில், வேளாண்மை வேலைகளைப் பகிர்ந்து கொண்டு வாழும் ஏழு எட்டு இளைஞர்களின் குறிக்கோளும் அதுதான். இந்த இளைஞர்கள் விவசாயிகளாக ஆகி, புதிய கிராமங்களையும் சமூகங்களையும் நிறுவி, இத்தகைய வாழ்க்கை முறையை வாழ்ந்து பார்க்க விருப்பம் கொண்டுள்ளனர். இத்தகைய திட்டத்தை நிறைவேற்ற உதவுவதற்கு தேவையான வேளாண்மைத் திறமைகளைப் பெறும்

நோக்கோடு, அவர்கள் என் பண்ணைக்கு வந்துள்ளனர்.

நாட்டின் சில பகுதிகளில் சமீபத்தில் சில கூட்டுச் சமூகங்கள் உதயமாகிக் கொண்டிருப்பதை நீங்கள் கவனித்திருக்கக்கூடும். அவர்களை ஹிப்பிகள் என்று அழைத்தால், அதில் தவறு ஒன்றும் கிடையாது. ஒன்றாக உழைத்து, ஒன்றாக வாழ்ந்து, இயற்கையை நோக்கி வழித்தடத்தை, மீண்டும் கண்டுபிடித்திருக்கும் இவர்களை 'புதிய விவசாயிகளின்' மாதிரிகள் எனலாம். ஆழமான பிடிப்புடன் இருப்பது என்றால், தங்கள் சொந்த பூமியின் விளைச்சலில் வாழ்வதுதான் என்பதை அவர்கள் புரிந்து கொண்டனர். தனக்கு தேவையான உணவை உற்பத்தி செய்ய முடியாத ஒரு சமுதாயம் வெகு நாட்கள் நீடிக்காது.

இந்த இளைஞர்களில் பலர், இந்தியாவிற்கு, பிரான்சிலுள்ள காந்தி கிராமத்திற்கு, இஸ்ரேலில் உள்ள கிபுட்ஸிற்கு, மேற்கு அமெரிக்கா வின் பாலைவனத்தில், மலைகளில் உள்ள கூட்டுச் சமூகங்களுக்குச் சென்று பார்த்து வந்தவர்கள். இதே போல தென் ஜப்பானிலும், மலையக மக்களின் வாழ்க்கை முறையோடு ஒட்டிய விதத்தில் சில குழுக்கள் வாழ்ந்து வருகின்றன. இத்தகைய விரல்விட்டு எண்ணக் கூடிய ஒரு சிலரின் இயக்கம்தான் சிறந்த காலகட்டத்திற்கான வாயிலாக அமையப்போகிறது. இத்தகைய மக்களிடம் இப்பொழுது இயற்கை வேளாண்மை வேகமாகப் பரவி வளர்ந்து வருகிறது.

இது தவிர பல மதக் குழுக்களும் இயற்கை வேளாண்மையை பின்பற்ற முன் வந்துள்ளன. உண்மையான மனித இயல்பு குறித்து நடத்தப்படும் தேடுதல், எப்படியாயினும், மனித உடல் நலம் பற்றிய அக்கறையில் இருந்துதான் தொடங்கப்பட வேண்டும். சரியான விழிப்புணர்வுக்கு இட்டுச் செல்லும் பாதையானது ஒவ்வொரு நாளையும் நேர்மையாக வாழ்வது, முழுமையான இயற்கை உணவை வளர்த்து உண்பது ஆகியவற்றை உள்ளடக்கியிருக்கிறது. ஆகையால் இயற்கை வேளாண்மையில் இருந்து தொடங்குவது பலருக்குச் சௌகரியமாக இருக்கிறது.

நான் எந்த மதத்தையும் சேர்ந்தவனல்ல. அதனால் என் கருத்துக்களைப் பகிரங்கமாக எவருடன் வேண்டுமானாலும் விவாதிக்க தயாராக உள்ளேன். கிறித்துவம், புத்தமதம், ஷிண்டோ மற்றும் இதர மதங்களுக்கு இடையே உள்ள வேறுபாடுகள் குறித்து எனக்கு அவ்வள வாக அக்கறை கிடையாது. ஆனால் பல மதங்களைச் சேர்ந்தவர்கள் என் பண்ணை நோக்கி கவரப்பட்டு உள்ளது என் ஆவலைக்

கிளறுவதாக இருக்கிறது. மற்ற வேளாண்மை முறைகள் போலன்றி, இயற்கை வேளாண்மை, மண்வள ஆய்வு சாகுபடி அளவு போன்ற விஷயங்களைத் தாண்டி இருக்கும் ஒரு தத்துவத்தின் அடிப்படையில் அமைந்துள்ளதுதான் இதற்கு காரணம் என்று நான் நினைக்கிறேன்.

சில காலம் முன்பு பாரீஸ் தழையுர தோட்ட மையத்திலிருந்து ஒருவர் என் பண்ணைக்கு வருகை தந்தார். நாங்கள் பேசிக்கொண்டே ஒரு நாளைக் கழித்தோம். சர்வதேச அளவில் தழையுர வேளாண்மை குறித்து ஒரு கருத்தரங்கை நடத்தவிருப்பதால், இந்த பிரெஞ்சுகாரர் உலகிலுள்ள பல தழையுர, இயற்கை வேளாண்மைப் பண்ணைகளைப் பார்வையிட கிளம்பியுள்ளார் என்பதை நான் அறிந்து கொண்டேன். நான் பண்ணையைச் சுற்றிக்காட்டி விட்டு, கடந்த 30 வருடங்களுக்கும் மேலாக, நான் பார்த்துக் கவனித்த விஷயங்களை அவரிடம் பகிர்ந்து கொள்ளத் துவங்கினேன்.

மேற்கில் பிரபலமடைந்து வரும் தழையுர வேளாண்மைக்கும், சீனா, கொரியா, ஜப்பான் போன்ற கீழ்திசை நாடுகளில் நடைமுறை யில் இருந்து வந்த பாரம்பரிய வேளாண்மைக்கும், அதிக வேறுபாடு இல்லாமல் இருப்பதை நீங்கள் காணலாம் என்று கூறினேன். ஜப்பானில் உள்ள விவசாயிகள் அனைவரும் இதை இரண்டாம் உலகப்போரின் முடிவு வரை பின்பற்றி வந்திருக்கின்றனர்.

இந்த அமைப்பு முறை தழையுரம், மனித, விலங்குக் கழிவுகளை மறுசுழற்சி செய்வது ஆகியவற்றின் முக்கியத்துவத்தை மிகவும் வலியுறுத்துகிறது. பயிர் நிர்வாகம் மிகவும் தீவிரமானது. மாற்றுப் பயிர் முறை, கலந்து பயிரிடுதல், பசுந்தாள் உரம் ஆகியவை இதில் அடங்கும். இடநெருக்கடி காரணமாக, வயல்கள் ஒருபோதும் கவ னிக்கப்படாமல் விடப்படவில்லை. பயிரிடுதல் மற்றும் அறுவடைக் காலங்கள் நுணுக்கமாக பின்பற்றப்பட்டன. அனைத்து இலை மிச்சங் களும் தழையுரமாக மாற்றப்பட்டு, மீண்டும் நிலத்திற்கே அளிக்கப் பட்டது. தழையுர உபயோகம் ஊக்குவிக்கப்பட்டது. ஆராய்ச்சிகளும் அதை எப்படி மேம்படுத்தலாம் என்ற ரீதியிலேயே இருந்தன.

நவீன காலம் வரை ஜப்பானிய வேளாண்மை, விலங்குகள், பயிர்கள் மற்றும் மனிதர்கள் ஆகியவற்றை இணைத்து அதனடிப்படையில் செயல்பட்டு வந்தது. மேற்கில் பழக்கத்தில் இருக்கும் தழையுர வேளாண்மை, இந்த கீழ்திசைப் பாரம்பரிய வேளாண்மையிலிருந்து தொடங்குகிறது.

இயற்கை வேளாண்மையை இரண்டு பெரும் பிரிவுகளாக

பிரிக்கலாம் என்றும் கூறினேன். ஒன்று விரிவான, எல்லை கடந்த இயற்கை வேளாண்மை, மற்றது குறுகிய இயற்கை வேளாண்மை. இதை புத்தமத நோக்கில் பிரித்தால், ஒன்று மகாயான இயற்கை வேளாண்மை மற்றது ஹீனயான இயற்கை வேளாண்மை.

மகாயான இயற்கை வேளாண்மை, மனிதனுக்கும் இயற்கைக்கும் இடையே ஒரு ஐக்கியம் நிலவும் போது தோன்றுவதாகும். இதன் அடிப்படை, மனிதன் தனது சொந்த விருப்பதைத் தற்காலிகமாக கைவிட்டுவிட்டு, இயற்கையின் வழிகாட்டுதலோடு நடந்தால், இயற்கை அவனுக்கு சகலத்தையும் அளித்து பாதுகாத்துக் கொள்ளும். ஒரு ஒப்புவமைக்கு இதை ஒரு செம்மையான திருமணத்தின் மூலம் இணைந்திருக்கும் கணவன் மனைவி உறவோடு ஒப்பிடலாம்.

குறுகிய இயற்கை வேளாண்மை, இயற்கையின் வழியை பின்பற்றி நடப்பதாகும். இது தழையுரம் அல்லது இதர வழிமுறைகளின் மூலம், உண்மையாக, இயற்கையைப் பின்பற்ற முயற்சிப்பதாகும். இயற்கையை முழுமனதாக நேசிப்பது இங்கு இருந்தாலும் இது தற்காலிகமானதுதான்.

குறுகிய இயற்கை வேளாண்மை, தழையுரத்தை மண்ணில் உபயோகப்படுத்துவது, விலங்குகளை வளர்ப்பது ஆகியவை நல்லது என்றும், அதுதான் இயற்கையைச் சிறப்பாக உபயோகிப்பதன் அடையாளம் என்றும் கருதுகிறது. நடைமுறையைப் பொறுத்தவரை இது சரியானதுதான் என்றாலும், இந்த வழிமுறை மூலம் மட்டும் உண்மையான இயற்கை வேளாண்மையின் உத்வேகத்தை கூர்மையுடன் வைத்திருக்க இயலாது.

சுத்தமான இயற்கை வேளாண்மை, 'எதுவுமே செய்யத் தேவையற்ற' ஒன்றை நடைமுறைப்படுத்துகிறது. லா ஸீ, ஒரு விவசாயியாக இருந்திருக்கும் பட்சத்தில், இயற்கை வேளாண்மையை பின்பற்றி இருந்திருப்பார். காந்தியின் கொள்கைகள் இயற்கை வேளாண்மை யோடு ஒத்துப்போவதாக நான் நம்புகிறேன். ஒன்றைத் தனதாக்கிக் கொள்ளும் முயற்சியில் ஒருவன் மகிழ்ச்சியையும், இன்பத்தையும் இழக்கிறான் என்பது புரிந்து கொள்ளப்பட்டுவிட்டால், இயற்கை வேளாண்மையின் அடிப்படை புரிபட்டுவிடும். வேளாண்மையின் இறுதி லட்சியம் பயிர்களை வளர்ப்பதல்ல; மனித இனத்தை வளர்த்து முழுமையடையச் செய்வதுதான்.

பகுதி
IV

உணவு குறித்துக் குழப்பம்

என் மலைக் குடிலில் என்னுடன் மூன்று ஆண்டு வசித்து வந்த ஒரு இளைஞன் ஒரு நாள் என்னிடம், "மக்கள் இயற்கை உணவு என்று கூறும்போது, அவர்கள் எதைக் குறிப்பிடுகிறார்கள் என்பது எனக்குத் தெரியவில்லை", என்று கூறினான்.

ஒவ்வொருவருமே 'இயற்கை உணவு' என்ற வார்த்தையோடு பரிச்சயம் கொண்டுள்ளனர். ஆனால் அது என்ன என்பது பற்றி அவர்களுக்கு உண்மையிலேயே தெளிவாக புரியவில்லை. செயற்கைப்பொருட்களும், வேதிப்பொருட்களும் கலக்காத ஒரு உணவு, இயற்கை உணவு என்று பலர் கருதுகிறார்கள்; வேறு சிலர் இயற்கையில் கிடைப்பதை அப்படியே உண்பதுதான் இயற்கை உணவுப்பழக்கம் என்கிறார்கள்.

நெருப்பையும், உப்பையும் சமையலில் பயன்படுத்துவது இயற்கையானதா இல்லையா என்று கேள்வி கேட்டால், பதிலை எப்படியும் சொல்லலாம். புராதன காலத்தில் மக்கள் கிடைத்ததை அப்படியே புசித்துவந்ததை, இயற்கையானது என்று எடுத்துக் கொண்டால், அது இயற்கையானதல்ல; நெருப்பையும், உப்பையும் உபயோகிக்கத் தெரிந்துகொண்டது, மனித இனத்தின் இயற்கையான முன்னேற்றம் என்று கருதினால், இது இயற்கையானதுதான். அப்படியானால் இயற்கைக்கும், இயற்கை அல்லாததற்குமான பிரிவுக் கோட்டை எங்கே போடுவது?

ஜப்பானில் 'இயற்கை உணவு' என்ற வார்த்தை சாஜன் இஷிசுகாவின் போதனைகளில் இருந்து தொடங்கியது. சத்துணவிற் கான பாதை, ஜாசிங் என்ற தத்துவவாதியின் கொள்கைகளை அடிப்படையாகக் கொண்டது. பொதுவாக, சம்பா அரிசி உணவாக இருந்து வந்ததால், இயற்கை உணவு என்பது தானியங்கள் மற்றும் காய்கறிகளை உண்பது என்று பொருள் கொள்ளப்பட்டு வந்தது. ஆனால் சைவ சம்பா அரிசி உணவையே இயற்கை உணவு என்று

அறுதியிட்டு கூறிவிட முடியாது.

அப்படியானால் எது தான் இயற்கை உணவு?

குழப்பத்திற்கு காரணமே மனித அறிவாற்றலுக்கு இரண்டு பாதைகள் இருப்பதுதான்.. ஒன்று கூரறிவானது; மற்றொன்று பகுத்துப் பார்க்காதது. மக்கள் பொதுவாக, உலகைச் சரியாகப் புரிந்து கொள்வதற்கு கூரறிவுதான் பயன்படும் என்று நினைக்கின்றனர். ஆகையால், 'இயற்கை' என்று சாதாரணமாகப் பேசப்படுவது, இத்தகைய கூரறிவின் அடிப்படையில் அமைந்த விளக்கமே.

இயற்கை பற்றிய தவறான புரிதல் களைந்தெறியப்பட்டாலே, உலகின் சீர்குலைவிற்கான அடிப்படைக் காரணங்கள் மறைந்து விடும்.

மேற்கில் இயற்கை அறிவியல் இத்தகைய கூரறிவின் அடிப்படையில் உருவாக்கப்பட்டது. ஐ-சிங் மற்றும், இன்-யான் தத்துவங்கள் அதே ஆதாரத்தில் இருந்துதான் உருவாகின. அறிவியல் உண்மைகள் ஒருபோதும் முழுமையான உண்மையை எட்ட முடியாது; தத்துவங்கள் உலகைக் குறித்து கணிக்கும் பல்வேறு கருத்தாக்கங்களே தவிர, வேறு ஒன்றுமல்ல. அறிவியல் புரிந்து கொண்டுள்ள இயற்கை, பேரழிவிற்கு உள்ளாக்கப்பட்ட ஒன்று; அது ஆன்மாவைக் கொண்டிராத ஒரு பிசாசு. தத்துவ அறிவு விரித்துள்ள இயற்கை, மனித ஊகத்தின் அடிப்படையில் உருவானது; அது ஆன்மா உள்ள, ஆனால் உருவமற்ற ஒரு பிசாசு.

கூரறிவான மனதை உதறிவிட்டு, சார்பியல் உலகைக் கடந்து வந்தால்தான் உங்களுக்கு இயற்கையின் உண்மையான தரிசனம் கிட்டும்.

நான் இப்படி பேசிக்கொண்டிருந்தபோது, அந்த இளைஞன் கேட்டான். "அப்படியானால் நீங்கள் இயற்கை அறிவியலை மாத்திரம் அல்லாமல் இன்-யாங் மற்றும் ஐ-சிங் ஆகிய கீழைத் தத்துவங்களையும் நிராகரிக்கிறீர்களா?".

ஒரு வழிகாட்டுதலாக இருக்கும்வரை அதை நான் மதிக்கிறேன். ஆனால் அதுதான் உச்சகட்ட சாதனையாக கருதப்படுவது தவறாகும். மனித குலத்தின் இறுதி லட்சியம், சார்பியல் உலகைக் கடந்து, பரிபூரணச் சுதந்திரத்தின் மடியில் துள்ளி விளையாடுவதாகும். அப்படி இருக்கும்போது, தத்துவங்களைப் பிடித்து தொங்கிக்

கொண்டிருப்பது துரதிர்ஷ்டவசமானது.

சமீபத்தில் வந்த ஒரு இளைஞன் கேட்டான். "அப்படியானால், நீங்கள் ஒரு இயற்கையான மனிதராகும் பட்சத்தில் நீங்கள் விரும்பும் எதை வேண்டுமானாலும் உங்களால் உண்ண முடியுமா?".

ஒரு சுரங்கப்பாதையின் மறுபுறம் பிரகாசமான உலகம் இருப்பதாக நீங்கள் எதிர்பார்த்தால், இருள், சுரங்கத்தின் பாதை வரை படர்ந்திருக்கும். சுவையாக இருப்பவற்றை, நீங்கள் விரும்புவதை கைவிட்டுவிட்டால், நீங்கள் சாப்பிடும் அனைத்திலும் உண்மையான மணத்தை உணரலாம். உணவு மேசையில், சாதாரண இயற்கை உணவைப் படைப்பது சுலபம். ஆனால் அதை உண்மையிலேயே ரசிப்பவர்கள் குறைவாகவே இருப்பார்கள்.

இயற்கை உணவுச் சக்கரம்

இயற்கை வேளாண்மையைப் பொறுத்தவரை என் எண்ணம் எப்படியோ, அப்படித்தான் இயற்கை உணவைப் பொறுத்தவரையும். இயற்கை வேளாண்மை எப்படி இயற்கையோடு இயைந்து போகிறதோ, அதுபோலவே இயற்கை உணவும் செல்கிறது. காட்டில் இறைந்து கிடக்கும் உணவுப்பொருட்களைச் சேகரிப்பது, அல்லது இயற்கை வேளாண்மை மூலம் விளையும் பயிர்களை உண்பது, இயற்கையான முறையில் பிடிக்கப்படும் மீன்களைச் சுவைப்பது போன்றவை இயற்கை உணவில் அடங்கும்.

பல்லாயிரக்கணக்கான ஆண்டுகளின் ஊடாக வளர்ச்சி பெற்றிருக்கும் வேளாண்மை, விவசாயியின் கூரறிவினால் மட்டும் விளைந்தது அல்ல; அதை இயற்கையாக உருவான உணவு என்றும் அழைக்கலாம். ஆனால் இயற்கையில் இருந்து வெகுதூரம் விலகி இருக்கும் வேளாண்மை அறிவியல், செயற்கைச் சூழ்நிலைகளில் உருவாக்கும் வகைகளை அவ்வாறு ஏற்றுக்கொள்ள முடியாது. அது போன்றே வீட்டு விலங்குகள், கூட்டம் கூட்டமாக உருவாக்கப்படும் மீன்கள் ஆகியவையும் இதில் அடங்காது.

வேளாண்மை, கால்நடை வளர்ப்பு, உடை, உறைவிடம், உணவு, ஆன்மீக வாழ்வு ஆகிய அனைத்தும் இயற்கையுடன் ஐக்கியமாகி விட வேண்டியது இன்றியமையாததாகும்.

ஜப்பானியக் கிராமத்தில் இருக்கும் விவசாயிகளும், மீனவர்களும் அருகே உள்ள இடங்களில் இருந்து, இயற்கையின் வழிகாட்டுதலோடு, பருவகாலங்களுக்கு ஏற்ற உணவைத் தேர்ந்தெடுத்துக் கொள்கின்றனர். உள்ளூர்க் கிராமவாசிகள், பல்வேறு பருவகாலங்களில், கைக்கு எட்டிய தூரத்தில் கிடைக்கும் உணவுப் பொருட்களைச் சேகரித்து ஒரு எளிமை யான, சுவையான, முழுமையான உணவை உண்கின்றனர். அவர்கள் இயற்கை அவர்களுக்கு கொடுப்பதை வைத்து திருப்தியடைகின்றனர்.

கிராமவாசிகள் உணவின் சுவையான மணத்தை அறிவார்கள்; ஆனால் இயற்கையின் புதிரான மணத்தை அவர்களால் புரிந்து கொள்ள முடியாது. இல்லை, இல்லை. அவர்கள் அதை சுவைக்கிறார்கள்; ஆனால் அதை வார்த்தைகளில் வடிக்க முடியாது. இயற்கை உணவு உங்களது காலடியிலேயே விழுந்து கிடக்கிறது.

உணவுக் கலாச்சாரம்

நாம் ஏன் உண்கிறோம் என்று கேட்டால், மனித உடலின் வளர்ச்சிக்கும், உயிர் வாழ்வதற்காகவும் உணவு அவசியம் என்ற உண்மைக்கு அப்பால் வெகு சிலரே சிந்திக்கின்றனர். இதற்கு அப்பால், உணவிற்கும் மனித உத்வேகத்திற்கும் இடையே உள்ள உறவு பற்றிய ஆழமான கேள்வி ஒன்று உள்ளது. விலங்குகளை பொறுத்தவரை, சாப்பிடுவது, விளையாடுவது, உறங்குவது ஆகியவையே போதுமானது. மனிதர்களும், உணவைச் சுவைத்து உண்டு, எளிய தினசரி வேலைகளைச் செய்து, சுகமான தூக்கத்தைப் பெற்றால் அது மாபெரும் சாதனையாக இருக்கும்.

புத்தர், "வடிவம் வெறுமையானது; வெறுமையானதே வடிவம்" என்று கூறுகிறார். புத்தமதத்தைப் பொறுத்தவரை வடிவம் என்பது பொருட்கள், வெறுமை என்பது மனம். பொருட்கள் பல வண்ணங்கள், வடிவங்கள், மற்றும் சுவைகளில் இருக்கும். மனித மனம் பொருட்களின் பலவகை குணாதிசயங்களால் கவரப்பட்டு அங்கும் இங்கும் ஊஞ்சலாடிக் கொண்டே இருக்கும். ஆனால் உண்மையில் பொருளும் மணமும் ஒன்றுதான்.

வண்ணம்

உலகில் அடிப்படையாக ஏழு வண்ணங்கள் உள்ளன. ஆனால் அவற்றை ஒன்று சேர்த்தால் அது வெண்ணிறமாகிவிடும். ஒரு வெண்ணிறத்தை முப்பட்டகத்தின் உதவியால் பிரித்தால் ஏழு வண்ணங்களும் கிடைக்கும். மனிதன் உலகை மனம் அற்று நோக்கும் போது வண்ணத்தில் உள்ள வண்ணம் மறைந்து விடுகிறது. அது வண்ணமற்ற ஒன்றாகி விடுகிறது.

நீர் எண்ணற்ற மாற்றங்களை அடைகிறது. ஆனால் நீர் என்பது நீர்தான். அதேபோல், விழிப்பான மனம் எண்ணற்ற மாற்றங்களுக்கு ஆட்டுபவது போலத் தோன்றினாலும், நிலையான மனம் மாறுதல் அடைவதில்லை.

இது உணவிற்கும் பொருந்தும். இந்த உலகில் மனிதன் உண்பதற்கு ஏற்ற பல பொருட்கள் இயற்கையிலேயே கிடைக்கின்றன. இப்பொருட்களை மனம் பிரித்துப் பார்க்கிறது; அதற்கு நல்ல குணங்களும், கெட்ட குணங்களும் இருப்பதாக கருதிக் கொள்கிறது. பின்னர் தங்களுக்கு எது தேவை என்பதை மக்கள் உணர்வுப்பூர்வமாக தேர்ந்தெடுத்துக் கொள்கிறார்கள். இயற்கை இடத்திற்குத் தகுந்தவாறும், காலத்திற்குத் தக்கவாறும் அளித்து வருவதை இந்தத் தேர்வு நிராகரிக்கிறது.

இயற்கையின் வண்ணங்கள் எளிதாக மாறுகின்றன. அவை எப்பொழுதும் இயங்கிக் கொண்டேயிருக்கின்றன. அதை "இயங்காத இயக்கம்" என்றும் கருதலாம். உணவுப் பொருட்களைத் தேர்ந்தெடுக்க காரண காரியங்கள் பயன்படுத்தப்படும்போது, இயற்கை பற்றிய புரிதல் மாறாததாகி, பருவகால மாற்றங்கள் போன்ற இயற்கையின் மாறுதல்கள் அலட்சியம் செய்யப்படுகின்றன.

இயற்கை உணவின் நோக்கம், பலவகை உணவுப்பொருட்களில் இருந்து திறமையாக தேர்ந்தெடுத்து, அதற்கு சரியான விளக்கங்களை அளிக்கும் அறிவுப்பூர்வமான மக்களை உருவாக்குவதல்ல; மாறாக உணவை, உணர்வு ப்பூர்வமாக பிரித்து வகைப்படுத்தாமல் உண்ணும் சாதாரண மக்களை உருவாக்குவதாகும். இது இயற்கையின் வழிமுறைக்கு எதிராகச் செல்வதல்ல. 'மனமற்ற' ஒன்றைப் புரிந்துகொண்டு, வடிவத்தில் மனதை தவறவிடாமல், வண்ணமற்றதின் வண்ணத்தை, வண்ணமாக ஏற்றுக்கொள்ளும் போது, சரியான உணவுப்பழக்கம் தொடங்குகிறது.

மணம்

"சுவைத்துப் பார்க்காத வரை உணவின் சுவை தெரியாது" என்று மக்கள் கூறுகின்றனர். அப்படி முயற்சித்தாலும், உணவின் மணம், சுவைப்பவரின் மனநிலை, நேரம், சூழ்நிலை ஆகியவற்றைப் பொறுத்தே மாறுபடக்கூடும்.

ஒரு அறிவியலறிஞரை மணம் எதனால் வருகிறது என்று கேட்டால், அவர் அதிலுள்ள பல பாகங்களைப் பிரித்து, அதிலுள்ள இனிப்பு, துவர்ப்பு, கசப்பு, உப்பு போன்றவற்றின் விகிதம் என்ன என்று விளக்கத் தொடங்கிவிடுவார். ஆனால் மணம் என்பதைப் பகுப்பாய்வு மூலம் விளக்கமுடியாது. ஏன் நாக்கின் நுனியினால்கூட

அதை விளக்க முடியாது. நாக்கிற்கு அறுசுவையையும் பிரித்து நுகரக் கூடிய சக்தி இருந்தாலும், இங்கு மனம்தான் அதை உள்வாங்கி விளக்கம் அளிக்கிறது.

ஒரு இயற்கையான மனிதனின் உள்ளுணர்வு சரியாக வேலை செய்வதால், அவனுக்குச் சரியான உணவை உண்பதில் பிரச்சனை யில்லை. எளிமையான உணவிலேயே அவன் திருப்தி அடைந்து விடுகிறான். மனித மனமும் உணவும் இங்கு ஒன்றாகி விடுகின்றன.

நவீன மனிதன் இத்தகைய உள்ளுணர்வை இழந்துவிட்டதால், அவனால் சரியான உணவைச் சுவைக்க முடியவில்லை. அவர்கள் பலவித மணங்களை நாடுகின்றனர். அவர்களின் உணவுப்பழக்கம் ஒழுங்கீனமடைந்து, பிடித்த பிடிக்காதது ஆகியவற்றிற்கான இடைவெளி அதிகரிக்கிறது. அதனால் அவர்கள் தங்களின் உணவுப் பொருட்களுக்கு மேலும் பல விஷயங்களைக் கலந்து, சமைக்கும் முறைகளை அதிகரித்து, பிரச்சனையை மேலும் குழப்புகின்றனர். உணவும், மனித உணர்வும் இங்கு முறுக்கிக் கொண்டுள்ளன.

இன்று பலர் அரிசியின் மணத்தில் இருந்து பிரிக்கப்பட்டு விட்டனர். அரிசி இப்பொழுது குத்தப்பட்டு, தீட்டப்பட்டு, சுவையற்ற வெறும் மாவுப் பொருளாகிவிட்டது. தீட்டப்பட்ட அரிசிக்கு மணம் கிடையாது. அதனால் அவை பல வகைப்பட்ட பக்க உணவு வகைகளோடு பரிமாறப்பட வேண்டிய நிலையில் உள்ளது. அரிசியில் சத்து இல்லாமல் இருந்தாலும், வைட்டமின்கள் மற்றும் இறைச்சி அல்லது மீன் அவற்றை இட்டு நிரப்பிவிடும் என்று மக்கள் தவறாக எண்ணுகின்றனர்.

மணமிக்க உணவு தானாகவே மணமிகுந்து இருப்பதில்லை. மனிதன் அப்படி எண்ணாவிட்டால், உணவு சுவைப்பதில்லை. மாட்டுக்கறியும், கோழிக்கறியும் தவிர்க்க இயலாத ஒன்றாகப் பெரும்பான்மையான மக்கள் நினைத்தாலும், ஆன்மீக அல்லது உடலியல் காரணங்களுக்காக அவற்றை விலக்க நினைப்பவர்களுக்கு அது எந்தப் பாதிப்பையும் ஏற்படுத்துவதில்லை.

விளையாடிக் கொண்டிருக்கும்போதும் சரி, சும்மா இருக்கும் போதும் சரி, குழந்தைகள் மகிழ்ச்சியாகவே இருக்கிறார்கள். கூரறிவு படைத்த வளர்ந்த மனிதன், தன்னை எது மகிழ்விக்கும் என்று தீர்மானித்துக்கொண்டு, அது நிறைவேறியதும் திருப்தியடைந்து விடுகிறான். உணவுப் பொருட்கள் அவனுக்குச் சுவையாக இருப்பதற்குக் காரணம், இயற்கையின் மணங்கள் அவற்றிற்கு

இருப்பதோ, அவன் உடலுக்கு தேவையான சத்தை அவை அளிப்பதோ அல்ல; எது சுவையானது என்பது குறித்த கருத்து ஒன்றிற்கு அவனுடைய சுவையுணர்வு அடிமையாகிவிட்டதுதான் காரணம்.

கோதுமை இடியாப்பம் சுவையானது. அதேசமயம் திடீர் இடியாப்பம் விற்கும் ஒரு எந்திரத்தில் இருந்து கிடைக்கும் இடியாப்பம் மோசமாக இருக்கிறது. ஆனால் விளம்பரம் மூலம் அவை மோசமாக உள்ளன என்ற கருத்துக் களையப்பட்டுவிட்டால், பலருக்கு அதுகூட சுவையாகத் தோன்றிவிடுகிறது.

நரி ஏமாற்றி, மனிதர்கள் குதிரை விட்டையை உண்டுவிட்டதாக கூறும் பல கதைகள் வழக்கில் உண்டு. இதில் சிரிப்பதற்கு ஏதுமில்லை. இப்பொழுதெல்லாம் மக்கள் வாயால் உண்பதற்கு பதில், மனதால் உண்கின்றனர்.

முதலில் மக்கள் உயிர்வாழ வேண்டி இருப்பதற்காகவும், உணவு சுவையாக இருந்ததாலும் உண்டனர். நவீன மனிதன், உணவை சுவையூட்டும் பொருட்களைச் சேர்த்து பக்குவப்படுத்தாவிட்டால், அது சுவையற்றுப் போய்விடும் என்று நினைக்கிறான். இப்படி சுவையூட்டும் பொருட்களை அதில் சேர்த்த பின்னர் அதில் ஏற்கனவே இருந்த சுவையும் போய்விடுகிறது.

உணவு தயாரிப்பிற்கான சிறந்த முறை, இயற்கையின் மணங்களைப் பாதுகாத்து வைப்பதாகும். சிறிது காலத்திற்கு முன்பு வரை மக்கள் பலவகை ஊறுகாய்களை உணவோடு சேர்த்து உண்டு வந்தனர். ஊறுகாய்களில் காய்கறியின் மணம் குறையாமல் பாதுகாக்கப்பட்டது இதற்கு ஒரு காரணம்.

கலாச்சாரம் என்பது பொதுவாக, மனித இனத்தின் முயற்சியால் மட்டும் உருவாக்கப்பட்டு, நிர்வகிக்கப்பட்டு, வளர்க்கப்பட்ட ஒன்றாகப் பார்க்கப்படுகிறது. ஆனால், கலாச்சாரம் என்பது எப்போதுமே மனிதனுக்கும் இயற்கைக்கும் இடையே ஏற்படும் கூட்டில் இருந்துதான் உதிக்கிறது. மனித சமுதாயத்திற்கும், இயற்கைக்கும் இடையே உள்ள ஐக்கியம் புரிந்து கொள்ளப் பட்டவுடன், கலாச்சாரம் ஒரு வடிவத்தை அடையத் தொடங்குகிறது. கலாச்சாரம் எப்போதும் தினசரி வாழ்வோடு நெருங்கிய தொடர்புடையது. அதனால் அது வருங்காலத் தலைமுறைகளுக்கு விட்டுச் செல்லப்படுகிறது.

மனித அகந்தை, மற்றும் மகிழ்ச்சிக்கான தேடலில் உதிப்பவைகளை உண்மையான கலாச்சாரம் என்று கூற முடியாது. உண்மையான கலாச்சாரம் இயற்கையினுள்ளிருந்து பிறக்கிறது. அது எளிமையானது; சாதாரணமானது; தூய்மையானது. உண்மையான கலாச்சாரத்திற்குப் பஞ்சம் வந்தால் மனித இனம் அழிந்துவிடும். மக்கள் இயற்கை உணவை விடுத்து எப்போது சுத்திகரிக்கப்பட்ட உணவைத் தேர்ந்தெடுத்துக் கொண்டார்களோ அப்போதே அழிவிற்கான தேதி குறித்தாயிற்று. ஏனெனில் அத்தகைய உணவு, ஒரு உண்மையான கலாச்சாரத்தின் வெளிப்பாடு அல்ல. உணவு என்பது வாழ்க்கை. வாழ்க்கை என்பது இயற்கையில் இருந்து விலகிய ஒன்றாக இருக்கக் கூடாது.

உணவே வாழ்க்கையா?

சுவையான உணவை உண்ணுவதைவிட பெரிய விஷயம் ஒன்றுமே கிடையாது. ஆனால், பெரும்பான்மையான மக்களுக்கு, சாப்பிடுவது என்பது வயதான காலம் வரை வாழ, வேலை செய்யத் தேவைப்படும் சக்தியைப்பெற, உடலை வளர்க்க ஒரு காரியம். தாய்மார்கள், தங்கள் குழந்தைகளுக்கு, அதன் சுவை பிடிக்காமல் இருந்தால்கூட, அது அவர்களுக்கு "நல்லது" என்று கூறி ஊட்டி விடுவதை நீங்கள் பார்த்திருக்கக்கூடும்.

ஆனால் சத்து என்பதைச் சுவையில் இருந்து பிரிக்கமுடியாது. சிறிது காலத்திற்கு முன்புகூட, இப்பகுதியில் இருக்கும் விவசாயிகளின் தினசரி உணவு அரிசி அல்லது பார்லி, ஊறுகாய், காய்கறிகளாக இருந்து வந்தது. இந்த வகை உணவு நீண்ட ஆயுள், திடமான உடல் மற்றும் நல்ல உடல் நலத்தை கொடுத்து வந்தது.

பாரம்பரிய சம்பா அரிசி-காய்கறிகள் அடங்கிய கீழ்திசை நாட்டு உணவு, மேற்கத்திய சமுதாயங்களில் இருந்து பெரிதும் மாறுபட்டதாகும். மேற்கத்திய ஊட்டச்சத்து அறிவியல், தினசரி ஒரு குறிப்பிட்ட அளவு மாவுப்பொருள், கொழுப்பு, புரோட்டீன், தாதுப்பொருட்கள் மற்றும் வைட்டமின்கள் ஆகியவை சேர்க்கப்படாவிட்டால், நல்ல உடல்நலத்தை பாதுகாக்க முடியாது என்று நம்புகிறது. இந்த நம்பிக்கை, தன் குழந்தையின் வாயில் ஊட்டச்சத்து உணவைத் திணிக்கும் அம்மாக்களை வேறு உருவாக்கியுள்ளது.

பல்வேறு கணக்குகளையும், விரிவான கோட்பாடுகளையும் கொண்டு இருக்கும் மேற்கத்திய ஊட்டச்சத்தியல், சரியான உணவுப் பழக்கம் குறித்து சந்தேகம் கொண்டிருக்காது என்பது பொதுவான அபிப்பராயம். ஆனால் அது சரி செய்ததைவிட உருவாக்கிய பிரச்சனைகள்தாம் அதிகம்.

இயற்கையின் சுழற்சி வட்டத்தோடு ஒத்துப்போவதற்கு எந்த முயற்சியும் செய்யாமல் இருப்பது, மேற்கத்திய ஊட்டச்சத்தியலில் உள்ள மற்றொரு பிரச்சனை. அது மனிதனை இயற்கையில் இருந்து பிரிக்கிறது. இயற்கை பற்றிய பயமும், பாதுகாப்பற்ற ஒரு உணர்வும்

தான் இதன் துரதிர்ஷ்டவசமான விளைவுகள்.

மற்றொரு பிரச்சனை, இது ஆன்மீக உணர்வுப்பூர்வ மதிப்புகளை, உணவு மனித ஆன்மீகத்தோடும் உணர்ச்சிகளோடும் நேரடியாகத் தொடர்புடையதாக இருந்தும், அறவே ஒதுக்கிவிட்டதாகும். மனிதன் உடலியல் ரீதியான அம்சமாக மட்டும் பார்க்கப்படும்போது, பொருத்தமான ஒரு உணவை உருவாக்குவது என்பது முடியாத காரியமே. இங்கொன்றும், அங்கொன்றுமாக தகவல்களைச் சேகரித்து, அதை குழப்பத்தில் ஒன்றாக்கினால், இயற்கையில் இருந்து தூரவிலகி இருக்கும் ஒரு முழுமையற்ற உணவுதான் கிடைக்கும்.

"ஒரு விஷயத்திற்குள் பல விஷயங்கள் அடங்கியிருக்கின்றன; ஆனால் அனைத்து விஷயங்களையும் ஒன்றாக்கினால் ஒரு விஷயம் கூட உருவாகாது." இந்த கீழ்திசைத் தத்துவத்தின் விளிம்பைக்கூட மேற்கத்திய அறிவியலால் புரிந்துகொள்ள முடியாது. ஒரு வண்ணத் துப் பூச்சியை ஒரு மனிதன் எவ்வளவு வேண்டுமானாலும் ஆராயலாம்; ஆனால் அவனால் ஒரு வண்ணத்துப்பூச்சியை உருவாக்க முடியாது.

மேற்கத்திய அறிவியல்பூர்வமான உணவுப் பழக்கத்தை நடைமுறைப்படுத்தினால், என்ன பிரச்சனையெல்லாம் வரும்? உயர் தர மாட்டிறைச்சி, முட்டைகள், பால், காய்கறிகள், ரொட்டி, மற்றும் பிற உணவுப்பொருட்கள் ஆண்டு முழுவதும் தயாராகக் கிடைப்பதாக இருக்க வேண்டும். பெரும் அளவில் உற்பத்தியும், நீண்டகாலச் சேமிப்பு வசதியும் தேவைப்படும். ஏற்கனவே இம்முறையின் அமலாக்கத்தால், ஜப்பானிய விவசாயி, கோடைகால காய்கறிகளான கத்திரி, வெள்ளரி, தக்காளி போன்றவற்றைக் குளிர்காலத்தில் வளர்த்துக்கொண்டு இருக்கிறான்.

பருவகாலம் பற்றிய பிரக்ஞையற்று வருடம் முழுவதும் பல வகையான உணவுப் பொருட்களை விநியோகிப்பதன் மூலம் மட்டும் முழுமையான, சரிவிகித உணவுப்பழக்கத்தை அடைந்துவிடலாம் என நினைப்பது பேதமை. இயற்கையாக விளையும் காய்கறி, பழங்களை விட, பருவந்தவறி செயற்கையான சூழலில் விளைவிக்கப்படும் காய்கறி, பழங்களில் தாதுச்சத்தும், வைட்டமின்களும் குறைவாகவே இருக்கும்.

வேதியல் பகுப்பாய்வு, ஊட்டச்சத்து விகிதம் போன்றவை தான் தவறுகளுக்குக் காரணம். நவீன அறிவியல் பரிந்துரை செய்யும் உணவு, பாரம்பரிய கீழ்திசை உணவைவிட பல படிகள் குறைவானது. மேலும் அது மக்களின் உடல்நலத்தையும் கெடுக்கிறது.

பலவகையான உணவுப் பழக்கங்கள்

உலகில் முக்கியமான நான்கு வகை உணவுப் பழக்கங்கள் உள்ளன.

1. செறிவற்ற உணவு :

இது பழக்கமான ஆசைகள் மற்றும் சுவை விருப்பங்களைப் பொறுத்தது. இந்த வகையைப் பின்பற்றும் மக்கள், அவர்கள் விருப்பத்திற்குத் தகுந்தாற்போல இதை மாற்றிக் கொள்வர். இதை வெறுமையாக உண்ணுதல் என்று அழைக்கலாம்.

2. சாதாரண சத்துணவு :

இது உயிரியல் ரீதியான முடிவிலிருந்து உருவாவது. பெரும்பான்மையான மக்கள் இதையே பின்பற்றுகின்றனர். சத்துணவு உடலில் உயிர் தங்கியிருப்பதற்காகவே முக்கியமாக உண்ணப் படுகிறது. இதை அறிவியல் பூர்வமாக உண்ணுதல் என்றழைக்கலாம்.

3. கொள்கை உணவு :

இது ஆன்மீகக் கொள்கைகளையும், கற்பனா தத்துவத்தையும் அடிப்படையாகக் கொண்டது. உணவைக் குறைப்பது, அடக்கம் ஆகியவை இதில் அடங்கும். பல "இயற்கை" உணவுகள் இந்த வகையைச் சார்ந்தவை.

4. இயற்கை உணவு :

இது உறுதியான பற்றுதலுடன் கூடியது. அனைத்து மனித அறிவாற்றலையும் ஒதுக்கித் தள்ளும் இந்த வகை, சகல உணவுகளையும் தள்ளி விடாத தன்மையுடையது.

பல நோய்களுக்குக் காரணமாக அமையும் செறிவற்ற உணவுப் பழக்கத்தில் இருந்து, மக்கள் முதலில் விலகுகின்றனர். பின்னர் சாதாரண சத்துணவோடு பரிச்சயம். பின்னர் கொள்கை உணவு நோக்கி பயணம். கடைசியாக இதைக் கடந்தவுடன் ஒரு இயற்கை யான மனிதனின் இயற்கை உணவுப் பழக்கம்.

இயற்கை உணவு

மனித வாழ்க்கை அதன் சக்தியால் மட்டும் தொடர்ந்து நிலைத்து வரவில்லை. இயற்கை மனிதனைப் படைத்து, அவன் உயிரோடு இருக்கும்படி பார்த்து வருகிறது. இயற்கையோடு மனிதன் கொண்டிருக்கும் உறவை இப்படித்தான் பார்க்க வேண்டும். உணவு இயற்கையின் வரப்பிரசாதம். மக்கள் இயற்கையில் இருந்து உணவை உருவாக்குவதில்லை; இயற்கை மனிதனுக்கு அளிக்கிறது.

உணவு என்பது உணவாகவும், உணவற்றதாகவும் இருக்கிறது. இது மனிதனின் ஒரு பகுதியாகவும், இல்லாமலும் இருக்கிறது.

உணவு, உடல், இதயம் மற்றும் மணம் ஆகிய அனைத்தும், இயற்கைக்குள், செம்மையாக ஐக்கியமாகி விடும்போதுதான் இயற்கை உணவு சாத்தியம். தன் உள்ளுணர்வின் பிரகாரம், தனக்கு சுவையானதாகத் தெரியும் உணவை விரும்புவதும், இல்லாவிட்டால் அதை விலக்குவதுமான செயலில் ஈடுபடும் உடம்பானது சுதந்திரமான ஒன்றல்ல.

இயற்கை உணவு என்றால் இப்படித்தான் இருக்க வேண்டும் என்று விதிகளை உருவாக்குவது முடியாத காரியம். இந்த வகை உணவானது, சுற்றுச்சூழல், ஒவ்வொரு மனிதனின் வேறுபட்ட தேவைகள் ஆகியவற்றைப் பொறுத்து மாறுபடக்கூடியது.

கொள்கையுணவு

இயற்கை எப்பொழுதும் முழுமையானதாக, தனக்குள் முழுமை யான ஒத்திசைவோடு இருக்கும் என்பதை ஒவ்வொருவரும் புரிந்து கொள்ள வேண்டும். இயற்கை உணவு முழுமையானது. அந்த முழுமையினுள் மணமும், ஊட்டச்சத்தும் இரண்டறக் கலந்திருக்கும்.

மனித அறிவாற்றலின் நுண்ணயத்தால், அதன் குறுகிய எல்லை பற்றிய விழிப்புணர்வற்று, இழுத்துச் செல்லப்படும்போது, கொள்கை உணவை பின்பற்றுபவர், பல வேறுபட்ட அம்சங்களை மட்டும் கருத்தில் எடுத்துக் கொள்கிறார். அகன்ற, தொலைநோக்குப் பார்வையுடன் இயற்கையைப் புரிந்துகொள்ள முன்வரும் அவர், அவருடைய காலடியில் நடைபெறும் சிறு விஷயங்களைக் காணத் தவறிவிடுகிறார்.

நோயுற்றவரின் உணவு

இயற்கையில் இருந்து மனிதன் விலகும்போது, அவனுக்கு நோய் வருகிறது. விலகலின் அளவை ஒட்டி, நோயின் தீவிரம் குறையவோ கூடவோ செய்கிறது. ஒரு நோயாளி, ஆரோக்கியமான சுற்றுச் சூழலுக்கு வந்தவுடன் பெரும்பாலான நோய் காணாமல் போய் விடுகிறது. இயற்கையில் இருந்து அந்நியமாதல் அதிகரித்ததும், நோயாளிகளின் எண்ணிக்கை அதிகரிக்கிறது. பின்னர் இயற்கைக்கு திரும்ப வேண்டும் என்ற ஆர்வம் வலுவடைகிறது. இயற்கை என்றால் என்ன என்பதைக் குறித்து சரியான புரிதல் இல்லாமல் இருப்பதால், அத்தகைய முயற்சி வீணாகிவிடுகிறது.

பெருநகரங்களில் வசிக்கும் மக்களுக்கு இயற்கை உணவைப் பெறுவதில் மிகுந்த சிரமங்கள் இருக்கின்றன. விவசாயிகள் அதைப் பயிரிடுவதை நிறுத்திவிட்டதால், அது கிடைப்பது இல்லை. அப்படியே கிடைத்தாலும், அது அவர்களுக்கு ஒத்துப்போவது மிகவும் அவசியம்.

இத்தகைய ஒரு சூழலில், முழுமையான உணவையோ, அல்லது சரிவிகித உணவையே உட்கொள்ள நீங்கள் முயன்றால், உங்களுக்கு அசாதாரணமான சீர்தூக்கிப் பார்க்கும் சக்தி இருக்க வேண்டும். இயற்கைக்கு திரும்புவதை விடுத்து, ஒரு விநோதமான, முரணான "இயற்கை" உணவு அங்கு உருவாகிறது. அதனால் அவர் இயற்கையில் இருந்து இன்னும் விலகி விடுகிறார்.

"ஆரோக்கிய உணவுக்" கடைகளில் உள்ளே நுழைந்து பார்த்தீர்களேயானால் புதிய உணவுப் பொருட்கள், அடைக்கப்பட்ட உணவுப் பொருட்கள், வைட்டமின்கள் போன்றவை அடுக்கி வைக்கப்பட்டிருப்பதைக் காணலாம். எது சத்தானது, இயற்கையானது என்பது குறித்து பல்வேறு விதமான கருத்துகள் கூறப்படுகின்றன. உணவுப்பொருட்கள் அனைத்தையும் ஒன்றாக கொதிக்க வைப்பது நல்லது என்று ஒருவர் கூறினால், மற்றொருவர் அப்படிச் செய்வது நோயைத் தான் வரவழைக்கும் என்று கூறுகிறார். சமையலில் உப்பின் மகத்துவம் குறித்து ஒருவர் பேசினால், மற்றொருவர் அதிக உப்பு பேராபத்து என்று எச்சரிக்கிறார். பழங்களும், காய்கறிகளும் நீண்ட ஆயுளை அளிக்கும் என்று ஒருவர் கூறினால், பழங்களைப் புசியாதீர்கள், அது குரங்குகள் சாப்பிடத்தான் உதவும் என்று மற்றொருவர் அடித்துக் கூறுகிறார்.

பல்வேறு சந்தர்ப்பங்களில், பல வேறுபட்ட சூழ்நிலைகளில், மேற்குறிப்பிட்ட அனைத்துக் கருத்துகளுமே சரியானதாகத் தோன்றுவதால், மக்கள் குழப்பமடைகின்றனர். அல்லது ஏற்கனவே குழப்பமாக இருக்கும் மனிதனை அது மேலும் குழப்புகிறது.

இயற்கை, கணத்திற்குக் கணம் மாறிக்கொண்டேயிருக்கிறது. இயற்கையின் உண்மையான முகத்தை மனிதர்களால் தரிசிக்கவே முடியாது. அந்த தெரியாத விஷயத்தை படம் பிடித்துக்காட்ட கொள்கைகளையும் கோட்பாடுகளையும் உருவாக்க முனைவது வண்ணத்துப்பூச்சி பிடிக்கும் வலையைவைத்து தென்றலைச் சிறையிடக் கிளம்பியதற்கு ஒப்பான காரியம்.

நான் சொல்வதெல்லாம் உணவை உங்கள் தலைகளைக் கொண்டு உண்ணாதீர்கள் என்பதுதான். அதாவது பகுத்தாயும் மனத்தை துரத்தி விடுங்கள் என்பதுதான்.

மருத்துவர்கள் நோயாளிகளை கவனித்துக் கொள்கிறார்கள். இயற்கை ஆரோக்கியமானவர்களை கவனித்துக் கொள்கிறது. ஒருவர் நோயாளியாகி, அதிலிருந்து மீள இயற்கை உணவை தஞ்சமடைவதை விட, இயற்கைச் சூழலில், வியாதி அண்டாவாறு வாழ்வதே சிறந்தது.

இங்கு வந்து இந்த மலைக்குடிலில் தங்கி, ஒரு புராதனகால வாழ்வை ஏற்றுக்கொண்டு, இயற்கை உணவை உண்டு, இயற்கை வேளாண்மையை மேற்கொண்டுவரும் இளைஞர்கள், மனிதனின் இறுதி லட்சியத்தை அறிந்தவர்கள். அவர்கள் அத்தகைய லட்சியத்தோடு ஒட்டிய ஒரு வாழ்க்கையை, நேரடியான ஒரு வழியில் வாழ வெளியே புறப்பட்டுவிட்டனர்.

உணவும் வேளாண்மையும்

இயற்கை வேளாண்மை பற்றிய இப்புத்தகம், இயற்கை உணவு குறித்து அக்கறை காட்டுவது இன்றியமையாததாகும். ஏனெனில், உணவும் வேளாண்மையும், ஒரே உடலின் முன்பக்கமும், பின்பக்கமும் போன்றது. இயற்கை வேளாண்மை மேற்கொள்ளப்படாவிட்டால், இயற்கை உணவே கிடைக்காது என்பது தெளிவு. அதே சமயம் இயற்கை உணவுப் பழக்கம் ஏற்படாமல் இருந்துவிட்டால், அதை எதற்காக விளைவிக்க வேண்டும் என்ற குழப்பம் விவசாயிக்கு ஏற்பட்டுவிடும்.

மக்கள் இயற்கையானவர்களாக மாறாத வரை, இயற்கை வேளாண்மையோ, இயற்கை உணவோ சாத்தியமான ஒன்றல்ல. மலைக்குடில்களில் ஒன்றில் நான் இந்த வாசகங்களை எழுதி வைத்துள்ளேன். "சரியான உணவு, சரியான செயல், சரியான விழிப்புணர்வு." இந்த மூன்றும் ஒன்றிடம் இருந்து ஒன்றைப் பிரித்துவிட முடியாதவை. இதில் ஒன்று இல்லாவிட்டால் எதையும் உணர முடியாது. ஒன்றை உணர்ந்துவிட்டால், எல்லாமே புரிந்துவிடும்.

துன்பத்திலும் குழப்பத்திலும் இருந்து "வளர்ச்சி" உருப்பெறும் ஒரு இடமாக உலகை, மக்கள் உளமகிழ்வுடன் நோக்குகிறார்கள். ஆனால் குறிக்கோளற்ற, அழிவிற்கு வழிவகுக்கும் ஒரு வளர்ச்சி, எண்ணக் குழப்பத்தையும், மனித இனத்தின் சீர்கேட்டையும், மட்டுமே வரவேற்கிறது. அனைத்து நடவடிக்கைகளுக்கும் ஆதாரமான, இயற்கையை தெளிவாக புரிந்து கொள்ளாவிட்டால், நாம் நல்ல உடல் நலத்தை மீண்டும் பெறுவது இயலாத காரியமாகிவிடும்.

பகுதி

V

அறிவாளி வேடத்தில் முட்டாள்தனம் உலா வருகிறது

குளிரான இளவேனில் இரவு நீண்டு படுத்திருக்கின்றது. கைகளில் சூடான தேநீர் கோப்பைகளுடன், கனன்று கொண்டிருக்கும் நெருப்பை உற்றுநோக்கிக் கொண்டிருக்க ஏதுவான சமயம். நெருப்பை ஒட்டி உட்கார்ந்து கொண்டு எதையாவது பேசிக் கொண்டிருப்பதும் நன்றாகவே இருக்கும். நான் என் சக விவசாயிகளின் காழ்ப்புணர்ச்சி பற்றி பேசுவது உற்சாகமாக இருக்கும் என்று தோன்றியது. நான் சாதாரணமாக அப்பேச்சை துவங்கினேன். ஆனால் அதில் சில பிரச்சனைகள் இருப்பதாகப்பட்டது.

நான் எப்பொழுதும், மனித இனம் அறியாமை நிறைந்தது, எதுவுமே பிரயோசனம் இல்லை, எதிலுமே பிடிப்பில்லை, நம் முயற்சி யெல்லாம் வீணானது என்றே பேசி வந்திருக்கிறேன். அதையும் சொல்லிவிட்டு, நான் எப்படி இதைப்போல தொணதொணத்துக் கொண்டிருக்கிறேன்? நான் ஏதாவது எழுத வேண்டும் என்று மிகவும் முயன்றால், ‘எழுதுவது வெட்டி வேலை’ என்றே எழுத வேண்டும். இது தடுமாற வைப்பதாக உள்ளது.

நான் என் கடந்த காலத்தைப் பற்றி எழுத அக்கறைப்படவில்லை. எதிர்காலத்தை என்னால் முன்பே கணிக்க முடியாது. நெருப்பின் அடியில் உட்கார்ந்து கொண்டு, தினசரி வேலைகளைப் பற்றி விவாதம் செய்து கொண்டே, என்னால் எப்படி ஒரு வயதான விவசாயியின் முட்டாள்தனமான எண்ணங்களோடு ஒத்துப்போய்விடுங்கள் என்று கூறமுடியும்?

என் மலைச்சரிவில் கடலைப்பார்த்தாற்போல், சமவெளியை நோக்கினாற்போல் பல சிறிய மண்குடிகள் உள்ளன. இங்கு மிகச் சிலர் கூடி, மிக எளிய வாழ்க்கையை ஒன்றாக வாழ்ந்து வருகின்றனர். இங்கு நவீன வசதிகள் எதுவும் கிடையாது. அமைதியான மாலை நேரங்களை மெழுகுவர்த்தி மற்றும் எண்ணெய் விளக்குகளின் வெளிச்சத்திற்கு அடியில் கழித்துக் கொண்டு அவர்கள் மிக எளிய தேவைகள்

அடங்கிய ஒரு வாழ்க்கையை வாழ்ந்து வருகின்றனர். அத்தேவைகள் சம்பா அரிசி, காய்கறிகள், ஒரு உடை, ஒரு பாத்திரம் அவ்வளவு தான். அவர்கள் எங்கிருந்தோ வருகின்றனர், சிறிது காலம் தங்குகின்றனர். பின்னர் சென்று விடுகின்றனர்.

விருந்தினர்களில், வேளாண்மை ஆராய்ச்சியாளர்கள், மாணவர்கள், அறிஞர்கள், விவசாயிகள், ஹிப்பிகள், கவிஞர்கள் மற்றும் பலர் அடங்குவர். பல தேசத்தை, பல இனங்களைச் சேர்ந்த அவர்களில் ஆண்களும் உண்டு, பெண்களும் உண்டு. வயதானவர்களும் உண்டு. இளமையானவர்களும் உண்டு. இங்கு நீண்ட நாட்கள் தங்குபவர்கள், உள்முகநோக்கிற்காக காத்திருக்கும் இளைஞர்கள் தாம்.

இந்த வழிப்புற சத்திரத்தின் காப்பாளன் நான். வரும்போது விருந்தினர்களுக்கு தேநீர் அளிப்பது என் வேலை. அவர்கள் என் வயலில் உதவி புரிந்து கொண்டு இருக்கும்போது, உலகில் விஷயங்கள் எல்லாம் எவ்வாறு செல்கின்றன என்பதை கேட்டு ரசிப்பது என் வழக்கம்.

இது கேட்க சுகமாக இருக்கிறதல்லவா? ஆனால் உண்மையில் இது மென்மையான, எளிதான ஒரு வாழ்க்கையல்ல. நான் 'எதுவும் செய்யத் தேவையற்ற' வேளாண்மையை போதிப்பதால், இங்கு படுக்கையில் இருந்து எழக்கூட செய்யாமல் ஒரு சுகமான வாழ்க்கை நடத்தக்கூடிய ஒரு கனவுலகைக் கண்டுபிடிக்கலாம் என்று பலர் வருகின்றனர். அப்படி வருபவர்களுக்கு இங்கு மாபெரும் ஆச்சரியம் காத்திருக்கிறது. காலைப்பனியின் ஊடே நீரோடைகளில் இருந்து நீர் கொண்டு வருவது, கைகள் கொப்புளமாகிச் சிவக்கும் வரை விறகு தரிப்பது, முழங்கால் அளவு சகதியில் வேலை செய்வது ஆகியவை வருபவர்களில் பலரை உடனே துரத்திவிடுகிறது. இன்று, ஒரு இளம் குழு வேலை செய்து கொண்டு இருப்பதை நான் பார்த்துக்கொண்டு இருக்கும்போது, புனாபாஷியிலிருந்து ஒரு இளம்பெண் என்னை நோக்கி வந்தாள்.

அவள் எதற்காக அங்கு வந்தாள் என்று நான் கேட்ட போது, "நான் சும்மா வந்தேன். அவ்வளவுதான். அதற்குமேல் எனக்கு எதுவும் தெரியாது" என்று கூறினாள்.

பிரகாசமான அந்த இளம்பெண், முதிர்ச்சியுடனும் தன்னைப் பற்றிய முழுஅறிதலுடனும் இருந்தாள்.

நான் கேட்டேன், "நீ விழிப்படையவில்லை என்பதை நீ

அறிந்திருந்தால், நீ கூற ஒன்றுமிருக்காது என்பது சரிதான்! பகுப் பாய்வு செய்யும் சக்தியின் மூலம் இந்த உலகைப் புரிந்து கொண்டதால், மக்கள் அதன் அர்த்தத்தைக் காணத் தவறிவிட்டார் கள். அதனால்தான் உலகில் இத்தகைய ஒரு குழப்பம் நிலவுகிறதா?"

அவள் மிகவும் மென்மையாக, "ஆமாம். நீங்கள் அப்படிக் கூறினால்," என்று பதிலிறுத்தாள்.

"விழிப்புணர்வு என்றால் என்ன என்பதைப்பற்றி உனக்கு தெளிவான கருத்து இல்லாதிருக்கக்கூடும். இங்கு வருவதற்கு முன்பு எவ்வகையான புத்தகங்களை படித்து வந்தாய்!" என்று வினவினேன்.

படிக்கவில்லை என்று அவள் தலையை அசைத்தாள்.

தங்களுக்கு புரியாததால் தான் மக்கள் படிக்கிறார்கள். ஆனால் அப்புரிதலைப்பெற படிப்பு அவர்களுக்கு உதவப் போவதில்லை. மனிதர்களால் எதையும் அறிந்துகொள்ள முடியாது என்பதையும், புரிதல், மனித அறிவிற்கு அப்பாற்பட்ட விஷயம் என்பதையும் இறுதி யில் அறியத்தான் அவர்கள் கடினமாகக் கற்கின்றனர்.

எடுத்துக்காட்டாக, நீங்கள் ஒன்பது செய்திகளை அறிந்திருக்கிறீர் கள்; ஒரு செய்தியை அறிந்திருக்கவில்லை. ஆனால் பத்து செய்திகளை அறிய முயல்வதன் மூலம், நீங்கள் உண்மையில் ஒன்றைக்கூட அறியவில்லை. ஒரு நூறு மலர்களை உங்களுக்கு தெரியுமென்றால், ஒன்றைக்கூட நீங்கள் "அறிய" வில்லை என்பதுதான் உண்மை. மக்கள் கடினமாக உழைத்து தாங்கள் புரிந்து கொண்டு விட்டோம் என்று தங்களைத் தாங்களே நம்பவைத்து, இறுதியில் எதையும் அறிந்து கொள்ளாமல் இறந்து போகின்றனர்.

அந்த இளைஞர்கள் தங்களது தச்சு வேலையில் இருந்து தற்காலிக ஓய்வு எடுத்துக் கொண்டு, ஒரு பெரிய ஆரஞ்சு மரத்திற்கு அருகிலுள்ள புல்வெளியில் அமர்ந்து தென்வானில் மிதக்கும் மேகமண்டலத்தை பார்க்கின்றனர்.

மக்கள் பூமியில் இருந்து கண்களை வானத்திற்கு திருப்பி விண்மீன்கள் தெரிகிறது என்று நினைக்கின்றனர். பசுமையான இலைகளில் இருந்து ஆரஞ்சுபழத்தை பிரித்து வைத்துவிட்டு, தங்களுக்கு இலைகளின் பச்சை வண்ணமும், பழத்தின் ஆரஞ்சு வண்ணமும் தெரியுமென்று சொல்கின்றனர். ஆனால் ஆரஞ்சையும் பச்சையையும் வேறுபடுத்திப்பார்க்க ஒருவர் தொடங்கியதும், உண்மையான வண்ணங்கள் மறைந்து விடுகின்றன.

சில விஷயங்களோடு தங்களுக்கு பரிச்சயம் ஏற்பட்டுவிட்டதால், அவற்றைப் புரிந்து கொண்டு விட்டதாக மக்கள் நினைத்துக் கொள்கின்றனர். இது மிகைப்படுத்தப்பட்ட ஒன்றாகும். விண்மீன் களின் பெயர்களை அறிந்து வைத்துள்ள வானியலாளரின் அறிவு இது. இலைகள் மற்றும் பூக்களை வகைப்படுத்தத் தெரிந்த தாவரவிய லாளரின் அறிவு இது; பச்சை மற்றும் சிவப்பு நிறங்களின் அழகியலை அறிந்து வைத்துள்ள ஓவியரின் அறிவு இது. வானத்தையும் பூமியையும், பச்சையையும், சிவப்பையும் அறிந்துள்ளதானது, இயற்கையை அறிந்துவிட்டதாகாது. வாணியலாளர், தாவரவிய லாளர், ஓவியர் ஆகியோர் செய்ததெல்லாம் இயற்கையின் ஒரு துளியைப் பதிவு செய்து கொண்டதும் அதை அவர்களின் ஒவ்வொருவரின் மனநிலைக்கு ஏற்ப திரித்துக் கொண்டதும் தான். அறிவின் ஆதிக்கம் அதிகப்படும் போது அவர்கள் இயற்கையில் இருந்து அதிகம் விலகிச் சென்றுவிடுகின்றனர்.

இதில் சோகம் என்னவென்றால், தங்களுடைய முட்டாள் தனத்தால், மக்கள் இயற்கையைத் தங்கள் விருப்பத்திற்குத் துளைக்க நினைக்கின்றனர். மனிதர்களால் இயற்கையின் பல்வேறு வடிவங்களை அழிக்க முடியும். ஆனால் அதை உருவாக்க முடியாது. முழுமையற்ற, புரிதல்தான் மனித அறிவாற்றலின் தொடக்கபுள்ளியாக உள்ளது. இயற்கையின் முழுமையைப் புரிந்து கொள்ள முடியாமல், மக்கள் அதைப் பிரதிபலிக்கும் அரைகுறையாள ஒரு மாதிரியை உருவாக்கி விட்டு, தங்களை ஏமாற்றிக் கொள்கின்றனர்.

ஒருவன் இயற்கையைப் புரிந்து கொள்ள வேண்டுமெனில், தனக்கு உண்மையில் எதுவும் தெரியாது என்பதையும் தனக்கு எதையும் புரிந்து கொள்ள முடியவில்லை என்பதையும் உணர்ந்து கொள்ள வேண்டும். பின்னர் அவனுக்குப் பகுப்பாயும் அறிவாற்றலில் ஆர்வம் குறைந்துவிடும். அவன் பகுப்பாயும் அறிவாற்றலைக் கைவிட்டு விட்டவுடன் பகுப்பாயத் தேவையற்ற அறிவாற்றல் அவனுக்குள் உதயமாகும். அவன் அறிந்து கொள்வதைப் பற்றி யோசிக்காமல் இருப்பானேயானால், புரிதல் பற்றி அக்கறையற்று இருப்பானே யானால், அவன் புரிந்து கொள்ளும் காலம் ஒரு நாள் வரும்.

“இதன் அர்த்தம் படுசுட்டியாக இருப்பதற்கு பதிலாக முட்டாளாக இருப்பது”, என்று தன் முகத்தில் அகமகிழ்வுடன் விளக்கிய ஒரு இளைஞனைப் பார்த்து நான் வெடுக்கென்று கூறினேன். “உன் கண்ணில் ஏன் இப்படி ஒரு பார்வை? முட்டாள்தனம் படுசுட்டி

வேடம் அணிந்து வருகிறது. நீ முட்டாளா? அல்லது சுட்டியா? என்பது உனக்கு தெளிவாகத் தெரியுமா? அல்லது முட்டாள்தனமாகத் தெரியும் சுட்டி பையனாக விரும்புகிறாயா? அப்படியானால் நீ முட்டாளாகவும் இல்லாமல், சுட்டியாகவும் இல்லாமல், திரிசங்கு வாக நிற்பாய். அந்த நிலையில் தான் நீ இப்போது இருக்கிறாயா?"

நான் அதை அறியும் முன்பே, இதே வார்த்தைகளை, நானே சரிவர புரிந்து கொண்டிராத வார்த்தைகளை, மௌனத்தின் விவேகத்தை ஒருபோதும் ஈடுசெய்ய முடியாத வார்த்தைகளை மீண்டும் உபயோகப்படுத்தியற்காக நான் என் மீதே கோபம் கொண்டேன்.

இளவேனிற் சூரியன் தொலைவானில் சரிந்து கொண்டிருந்தான். அந்தி வண்ணங்கள் அந்த வயதான மரத்தின் காலடியில் தட்டுப்பட்டன. அந்த உள்நாட்டுக் கடலில் இருந்து வெளிப்பட்ட வெளிச்சம் தங்கள் முதுகில் அடிக்க, அந்த மௌனமான இளைஞர்கள், தங்களது மாலை உணவிற்காக, மெதுவாக குடிலுக்குத் திரும்பிக் கொண்டிருந்தனர். நான் அவர்களின் நிழல்களைப் பின் தொடர்ந்து கொண்டிருந்தேன்.

யார் முட்டாள்?

மனிதனைப் போன்று அறிவுடைய விலங்கு எதுவுமில்லை என்று கூறப்பட்டது. ஆனால் இந்த விவேகத்தை நடைமுறைப்படுத்தி, அணு ஆயுதப் போரை உருவாக்கவல்ல ஒரே ஒரு மிருகமாக மக்கள் மாறியிருக்கின்றனர்.

அன்றொரு நாள், ஓசாகா ரயில் நிலையத்திற்கு முன்பு, இயற்கை உணவுக் கடை வைத்திருப்பவர் தன்னுடன், ஏழு அதிர்ஷ்ட தேவதைகள் போல, ஏழு பேரை அழைத்துக் கொண்டு மலை ஏறி வந்தார். மதியம், நாங்கள் சம்பா அரிசிப் பதார்த்தம் ஒன்றை சுவைத்துக் கொண்டு இருக்கும்போது ஒருவர் இவ்வாறு கூறினார். சிறுவர்களுக்கு நடுவே எப்போதும் ஒருவன் கவனிப்பாரற்று மகிழ்ச்சி யுடன் சிறுநீர் கழித்துக் கொண்டு இருப்பான். மற்றொருவன் பச்சைக் குதிரை விளையாட்டில் குதிரையாக குனிந்து கொண்டு இருப்பான். புத்திசாலியான இன்னொருவன் மற்ற குழந்தைகளின் மதிய உணவைத் திருடிச் சாப்பிட்டுக் கொண்டிருப்பான். அந்த வகுப்பின் மாணவர் தலைவனைத் தேர்ந்தெடுக்குமுன்பு அவ்வகுப்பு ஆசிரியர், ஒரு நல்ல தலைவனின் குணங்கள் என்ன என்பதைப் பற்றியும், ஒரு சரியான தீர்வை எடுப்பது எவ்வளவு முக்கியமானது என்பதைப் பற்றியும் தீவிரமாகப் பேசினார். தேர்தல் நடத்தப்பட்ட போது, சாலையோரம் சிரித்துக் கொண்டிருந்தவன்தான் தேர்ந்தெடுக்கப்பட்டிருந்தான்.

அவர் கூறி முடித்ததும் எல்லோரும் சிரித்தனர். ஆனால் அவர்கள் ஏன் சிரிக்கிறார்கள் என்பது எனக்கு புரியவில்லை.

வரவு செலவு கணக்குப் பார்ப்பதாக இருந்தால், பச்சைக் குதிரையாக இருந்த சிறுவனை இழந்து விட்டதாகத்தான் கருத வேண்டும். ஆனால் குழந்தைகன ஈப் பொறுத்தவரை சிறுமையும், மேன்மையும் பொருந்தி வராது. மிகவும் குறிப்பிடத்தக்க சிறுவனே தலைவன் என்று ஆசிரியர் எண்ணியிருந்தார். ஆனால் மற்ற சிறுவர்கள் அவன் தங்களை அடிமைப்படுத்தக் கூடும் என்ற நோக்கில் பார்த்தனர்.

தன்னைப் பார்த்துக் கொள்ளக்கூடிய, படுசுட்டியான ஒருவன், அசாதாரணமாகவே காணப்படுவான் என்று எண்ணுவது ''பெரியவர்''களின் மதிப்பாகும். தன் வேலையைப் பார்த்துக் கொண்டு, தன் பாட்டுக்குச் சாப்பிட்டுத் தூங்கி, கவலைப்படாமல் வாழ்பவனே என்னைப் பொறுத்தவரை முழுநிறைவுடன் வாழ்கின்றவன் ஆவான். எதையாவது செய்து முடித்தே ஆகவேண்டும் என்று முயற்சிக்காத ஒருவனே மிகப்பெரியவன்.

ஒரு ஈசாப் கதையில், தவளைகள் தங்களுக்கு ஒரு அரசன் வேண்டும் என்று கடவுளைக் கேட்கும். அதற்கு அவர் ஒரு மரக்கட்டையைக் கொடுப்பார். தவளைகள் அந்த மரக்கட்டையைக் கேலி செய்தன. பின்னர் கடவுளிடம் இன்னும் பெரிய அரசன் வேண்டும் என்று கேட்கும். அவர் ஒரு கொக்கை அனுப்புவார். கதை இப்படியே போகும். இறுதியில் அந்த கொக்கு அனைத்து தவளைகளையும் அலகால் கொத்திச் சாகடித்துவிடும்.

முன்னால் தனியாக நடந்து செல்பவன் உயர்ந்தவனாக இருந்தால், அவன் பின்னால் செல்பவர்கள் போராடவும், துன்பப்படவும் வேண்டியிருக்கும். முன்னால் செல்பவன் சாதாரணமானவனாக இருந்தால், பின்பற்றுபவர்களுக்குச் சிரமம் இருப்பதில்லை. அதிபுத்திசாலியாகவும் வலிமை மிகுந்தவனாகவும் இருக்கும் ஒருவன் முதன்மையானவனாக இருப்பதாக மக்கள் கருதுவதால், அவனை பிரதம மந்திரியாக்குகின்றனர். அவன் நாட்டை ஒரு ரயில் இஞ்சின் போல இழுத்துச் செல்கிறான்.

"எப்படிப்பட்ட ஒருவன் பிரதம மந்திரியாக தேர்வு செய்யப்பட வேண்டும்?"

"ஒரு செத்த மரக்கட்டை போன்ற ஒருவன்" என்று நான் பதிலளித்தேன். தஞ்சாவூர்ப் பொம்மையைவிட சிறந்த தேர்வு கிடையாது. நீங்கள் அதை தள்ளிவிட்டாலும் மீண்டும் நிமிர்ந்துவிடும். அது வெறுமனே கையைக் கட்டிக்கொண்டு இருப்பதாக நினைக்க வேண்டாம். அது நீங்கள் அப்படி இருக்க வேண்டும் என்பதை நினைவுறுத்துகிறது".

"நீங்கள் எதையுமே செய்யாவிட்டால், உலகம் இயங்கிக் கொண்டிராது. வளர்ச்சியற்ற உலகம் எப்படி இருக்கும்?"

"நாம் எதற்காக வளர்ச்சி பெற வேண்டும்? பொருளாதார வளர்ச்சி 5 லிருந்து 10 சதவீதமாக உயரும் போது, மகிழ்ச்சி இரட்டிப்பாகிறதா?

வளர்ச்சி விகிதம் 0 சதவீதமாக இருந்தால் என்ன தவறு? இது ஒரு நிலையான பொருளாதாரத்தின் அடையாளம் இல்லையா? மிகவும் சாதாரணமாகவும், இயல்பாகவும் வாழ்வது எல்லாவற்றையும் விட சிறந்ததல்லவா."

மக்கள் எதையாவது கண்பிடித்து, அது எவ்வாறு இயங்குகிறது என்று ஆராய்ந்து, இயற்கையை பயன்படுத்துகின்றனர். அது மனிதஇன உய்விற்கான ஒன்று என்றும் நினைத்துக் கொள்கின்றனர். இவையனைத்தும் இது நாள் வரை விளைவித்தது என்ன தெரியுமா? இந்த கிரகம் மாசுபாடடைந்தது; மக்கள் குழப்பமானார்கள்; நவீன காலத்தின் பெருங்குழப்பத்திற்கு வரவேற்பு ராகம் வாசிக்கப்பட்டது.

இந்த பண்ணையில் நாங்கள் 'ஒன்றுமே செய்யத் தேவையற்ற' வேளாண்மையைச் செய்து, முழுமையான, ருசியான தானியங்கள், காய்கறிகள் பழங்களை உண்கிறோம். பொருட்களின் ஆதாரத்திற்கு அருகே வாழ்வதில் பொருளும், ஒரு அடிப்படையான மனநிறைவும் இருக்கிறது. வாழ்க்கை ஒரு பாடல், வாழ்க்கை ஒரு கவிதை.

மக்கள் இந்த உலகை அலசி, ஆராய்ந்து, நாம் இதைச் செய்தால் "நல்லது", அதைச் செய்தால் "நல்லது" என்று தீர்மானிக்கும்போது, விவசாயி அதிக வேலையால் சுறுசுறுப்படைகிறான். என் ஆராய்ச்சி எல்லாம் இதைச் செய்யாவிட்டால் என்ன அதைச் செய்யாவிட்டால் என்ன என்ற திசையில் செல்கிறது. எதையுமே செய்யாவிட்டால் இந்த விவசாயிகள் இதைவிட நன்றாக இருப்பார்கள் என்பதை கடந்த முப்பது ஆண்டு அனுபவம் எனக்கு கற்றுக் கொடுத்துள்ளது.

மக்கள் அதிக வேலை செய்தால், சமுதாயம் அதிகமாக வளர்ச்சியுறும்; அதிகப்பிரச்சனைகள் ஏற்படும். வளங்கள் தீர்ந்து வருவது, இயற்கை அதிகமாக சீரழிக்கப்பட்டு வருவது, மனித ஆற்றல் நொறுங்கி வருவது ஆகிய அனைத்தும் மனித சமுதாயம் எதையாவது சாதிக்க வேண்டும் என்று வெறிகொண்டதன் விளைவுதான். முதலில் முன்னேற்றம் அடைய வேண்டி தேவையில்லாமல் இருந்தது. அதனால் எதுவும் செய்யப்படவில்லை. எதையும் கொண்டுவரத் தேவையில்லை என்றொரு 'இயக்கத்தை' உருவாக்க வேண்டிய இக்கட்டான நிலையில் இன்று நாம் இருக்கிறோம்.

மழலைப் பள்ளிக்குச் செல்வதற்காகவே நான் பிறந்தேன்

நாங்கள் வயலில் வேலை செய்து கொண்டு இருக்கும்போது, ஒரு இளைஞன் தோளில் பையை மாட்டிக் கொண்டு சாவகாசமாக எங்களை நோக்கி வந்தான்.

"நீ எங்கிருந்து வருகிறாய்?" என்று நான் கேட்டேன்.

"அங்கே இருந்து"

"இங்கே எப்படி வந்தாய்?"

"நடந்து"

"எதற்காக இங்கே வந்தாய்"

"எனக்குத் தெரியவில்லை"

இங்கு வரும் பலரும், தங்களது பெயரையும் கடந்த காலக் கதையையும் வெளிப்படுத்த அவசரப்படுவதில்லை. அவர்கள் என்ன நோக்கத்திற்காக இங்கு வந்தனர் என்பதையும் வெளிப்படுத்து வதில்லை. இங்கு ஏன் வந்தார்கள் என்பது பலருக்கு உண்மையிலேயே தெரியாததால், இது இயற்கையே.

முதலில், மனிதன் தான் எங்கிருந்து வந்தோம், எங்கே போகப் போகிறோம் என்பதை அறியமாட்டான். தாயின் கருப்பையில் உதித்து, பூமிக்கு போகப் போகிறேன் என்று கூறுவது உயிரியல் ரீதியான விளக்கமாகும். பிறப்பிற்கு முன்பும், இறப்பிற்கு பின்பும் என்ன இருக்கிறது என்பது ஒருவருக்கும் தெரியாது.

ஏன் பிறந்தோம் என்பதை அறியாது இருக்கும் மனிதன் உண்மையிலேயே ஒரு சோகப்பிறவிதான்.

அன்றொரு நாள், ஷிகோகு கோயில்களுக்கு வருகை தந்த பயணி கள், எழுத்துக்கள் பொறிக்கப்பட்ட கோரைப்புல் தொப்பி ஒன்றை விட்டுச் சென்றதை நான் கண்டெடுத்தேன். அதில் "முதலில் கிழக்கும் மேற்கும் இல்லாதிருந்தது. பத்து முடிவற்ற திசைகள்தாம்." அத் தொப்பியை கைகளில் வைத்துக் கொண்டு, நான் அந்த இளைஞனிடம் மீண்டும், அவன் எங்கிருந்து வருகிறான் என்று கேட்டேன். அவன்

கனஜவரவில் உள்ள ஒரு கோயில் பூசாரியின் மகன் என்றும், நாள் முழுவதும் இறந்த உடல்களுக்குப், புனித நூல் வாசகங்களை வாசிப்பது மடத்தனமானது என்று கருதியதால், வேளாண்மையில் இறங்க முடிவு செய்திருக்கிறேன் என்றும் கூறினான்.

கிழக்கும் கிடையாது, மேற்கும் கிடையாது. சூரியன் கிழக்கில் தோன்றி மேற்கில் மறைகிறது. ஆனால் இது வெறும் வானியல் நோக்குதான், கிழக்கையும் மேற்கையும் உங்களால் புரிந்து கொள்ள முடியவில்லை என்பதை உணர்வதே உண்மையை நெருங்கி விட்டதன் அடையாளம். சூரியன் எங்கிருந்து வருகிறது என்பது ஒருவருக்கும் தெரியாது என்பதே உண்மை.

புத்தர் கூறுகிறார், "வடிவம் வெறுமையானது. வெறுமையானது தான் வடிவம். பொருளும் ஆன்மாவும் ஒன்றே. ஆனால் அனைத்தும் வெறுமையானது. மனிதன் இறப்பதில்லை. உயிரோடும் இல்லை. அவன் இன்னும் பிறக்காதவன். இன்னும் இறக்காதவன்".

ஒரு நாள் நெல்லை அறுவடை செய்துகொண்டு இருக்கும்போது, நான் என் இளைஞர்களிடம், "இளவேனிற் காலத்தில் நெல் பயிரிடும்போது, அவை உயிருள்ள தளிரை உருவாக்கியது என்றும், இப்பொழுது அறுவடை செய்யும்போது, இறக்கபோகிறது என்றும் நான் எண்ணிக் கொண்டிருக்கிறேன். ஆனால் உண்மையில் இந்தச் செயல் ஆண்டுதோறும் தொடருவதால், இந்த வயலில் வாழ்க்கை தொடர்ந்து இருக்கிறது. வருடாந்திர இறப்பே வருடாந்திர பிறப்பாகவும் உள்ளது. நாம் இப்பொழுது வெட்டும் நெல் தொடர்ந்து வாழ்ந்து வருகிறது என்று நீங்கள் கருதிக்கொள்ளலாம்."

மனிதர்கள் இறப்பையும் பிறப்பையும் குறுகிய கண்ணோட்டத்தில் பார்க்கின்றனர். இப்புற்களுக்கு வசந்தத்தின் பிறப்பும், இளவேனிலின் இறப்பும் என்ன அர்த்தத்தை அளிக்கின்றன? வாழ்க்கை மகிழ்ச்சியான தாகவும், இறப்பு வருத்தமானதாகவும் மக்கள் கருதுகின்றனர். பூமியின் மடிக்குள் விழுந்து கிடக்கும் நெல், வசந்தத்தில் வெடித்துக் கிளம்பி, வளர்ந்து, மழைக்காலத்தில் மடிந்துவிடுகிறது. ஆனாலும் அது, அதற்குள் ஆனந்தப் பிரவாகமான ஒரு வாழ்க்கையை இறுகப் பிடித்துக் கொண்டுள்ளது. வாழ்க்கையின் மகிழ்ச்சி இறப்பினால் முடிவடைந்து விடுவதில்லை. இறப்பு என்பது ஒரு கணப்பொழுதில் கடந்து செல்லும் ஒரு நிகழ்ச்சி. முழுவதும் மகிழ்ச்சியையே கொண்டிருக்கும் இந்த நெற்பயிர், இறப்பின் துயரத்தை அறிவதில்லை என்று நீங்கள் கூறுவீர்களோ?

நெல்லுக்கும் பார்லிக்கும் ஆண்டாண்டு காலமாக சம்பவிக்கும் அதே விஷயங்கள்தான் மனித உடலுக்குள்ளும் தொடர்ந்து நடைபெறுகிறது. தினசரி தலைமுடியும் நகங்களும் வளர்கின்றன. பல்லாயிரக்கணக்கான உயிரணுக்கள் இறக்கின்றன; புதிதாய்ப் பிறக்கின்றன. உடம்பில் ஒரு மாதம் முன்பு இருந்த இரத்தம் இன்றில்லை. உங்களது குணாம்சங்கள் உங்கள் குழந்தைகளுக்கும், பேரக்குழந்தைகளுக்கும், சென்றுவிடும் என்று நீங்கள் நினைத்தால், நீங்கள் ஒவ்வொரு நாளும் இறந்து, மீண்டும் பிறந்து, இறந்த பின்பு, பல தலைமுறைகளுக்கும் வாழ்வீர்கள் என்று கூறலாம்.

இத்தகைய ஒரு வட்டத்தில் பங்கேற்பது ஒவ்வொரு நாளும் உணரப்படும்போது, வேறு எதுவும் தேவையில்லை. ஆனால் வாழ்க்கை ஒவ்வொரு நாளாகக் கடந்து மாறும்போது, மக்களால் அதைச் சுகமாக அனுபவிக்க முடியவில்லை. தங்களது பழைய அனுபவங்களோடு, வாழ்க்கையைப் பிடித்து அவர்கள் தொங்கிக் கொண்டிருக்கின்றனர். இந்தப் பழமையான நெருக்கம் இறப்பு பற்றிய பயத்தை அவர்களிடம் தோற்றுவிக்கிறது. மக்கள் ஏற்கனவே கடந்துபோன இறந்த காலத்தைப் பற்றியும், இன்னும் வரவேயிராத எதிர்காலத்தைப் பற்றியும் கவலைப்பட்டு, அவர்கள் இப்பொழுது, இங்கே பூமியில் வாழ்கின்றனர் என்பதையே மறந்துவிடுகின்றனர். குழப்பத்தில் உழன்று, கடைசியில் ஒரு கனவு போல தங்கள் வாழ்க்கை கரைவதைப் பார்த்துக் கொண்டிருக்கிறார்கள்.

"இறப்பும், பிறப்பும் உண்மையானால், மனிதத் துன்பங்கள் தவிர்க்கக் கூடியதுதானே?"

"இறப்பும் கிடையாது. பிறப்பும் கிடையாது".

"நீங்கள் எப்படி அப்படி கூறலாம்?"

உலகம் அனுபவங்களின் ஊடாக அமைந்த, ஐக்கியமான ஒன்று. ஆனால் மக்களின் மனம்தான் அதைப் பிறப்பு, இறப்பு, இருத்தல், இல்லாமை என்று பிரித்துப் பார்க்கிறது.

பருப்பொருள் சார்ந்த உலகின் வடிவங்களான இறப்பு, பிறப்பு, ஆரோக்கியம், நோய், துன்பம், மகிழ்ச்சி, பற்றிய கருத்தாக்கங்கள் மனித மனதில் இருந்தே உதிக்கின்றன. புத்தர் எல்லாமே வெறுமை என்று கூறியபோது, அவர் மனித அறிவாற்றல் சுவீகரிக்கும் உள்ளார்ந்த மெய்மையை மட்டும் மறுக்கவில்லை; மனித மனக் கிளர்ச்சிகளும்கூட மாயையே என்று பிரகடனம் செய்தார்.

"எல்லாமே மாயை என்றா கூறுகிறீர்கள்? எதுவுமே விடப்படவில்லையா?"

"எதுவுமே விடப்படவில்லை என்றா கேட்டாய்? உன் மனதில் இன்னும் 'வெறுமை' பற்றிய கருத்தாக்கம் உள்ளது" என்று நான் அந்த இளைஞனிடம் கூறினேன். "நீ எங்கிருந்து வந்தாய், எங்கே போகப்போகிறாய் என்பது புரியாதிருக்கும் பட்சத்தில், என் முன்னால், இங்கு நீ இருப்பதை நீ எப்படி உறுதியாக நம்புகிறாய்? இருத்தல் அர்த்தத்திற்கு உரியதுதானா? ....".

ஒரு சமயம், ஒரு நான்கு வயது பெண்குழந்தை தன் தாயிடம் "நான் ஏனம்மா இந்த உலகில் பிறந்தேன். மழலைப்பள்ளிக்கு அனுப்பப் படத்தானா?" என்று கேட்டது.

தாயால், நேர்மையாக, "ஆமாம். நீ கூறுவது சரிதான். சரி புறப்படு," என்று கூற முடியவில்லை. ஆனால் உண்மையில் இப் பொழுதெல்லாம் மக்கள் மழலைப்பள்ளிக்கு அனுப்பப்படுவதற் காகவே பிறக்கிறார்கள் என்று கூறுவது சரியாகவே இருக்கும்.

கல்லூரி வரை மக்கள் தாங்கள் ஏன் பிறந்தோம் என்பதை அறிவு பூர்வமாக படிக்கிறார்கள். பண்டிதர்களும், தத்துவவாதிகளும், தங்களது முழுவாழ்க்கையையும் இதற்காகச் செலவழித்தாலும்கூட, இந்த ஒரு விஷயத்தை புரிந்து கொண்டுவிட்டால் திருப்தியடைந்து விடுவோம் என்று கூறுகிறார்கள்.

பூர்வாங்கமாக, மனிதர்களுக்கு எந்த குறிக்கோளும் கிடையாது. இப்பொழுது அப்படி ஏதோ இருப்பதாக தாங்களே கற்பனை செய்து கொண்டு, வாழ்க்கைக்கு அர்த்தம் தேட அவர்கள் போராடிக் கொண்டிருக்கிறார்கள். இது ஒருவன் தனியாகப் போடும் குத்துச்சண்டை. வாழ்க்கைக்குக் குறிக்கோளும் கிடையாது. அதைத் தேடி அலைவதும் தேவையில்லை. குறிக்கோளற்ற ஒரு வாழ்க்கை அர்த்தமற்றதாக இல்லையா என்பதை நீங்கள் குழந்தைகளிடம் கேட்டுத் தெரிந்து கொள்ளலாம்.

மழலைப்பள்ளிக்குள் நுழைந்ததுமே, மனிதனின் துன்பம் துவங்கி விடுகிறது. மனிதன் ஒரு மகிழ்ச்சியான விலங்குதான். ஆனால் அவன் ஒரு கடினமான உலகைப்படைத்து, இன்று அதை உடைத்து மீண்டுவரத் துடிக்கிறான்.

இயற்கையில் வாழ்வும், இறப்பும் இருக்கிறது. ஆனால் இயற்கை மகிழ்ச்சிக் கும்மாளம் இடுகிறது. மனித சமுதாயத்திலும் வாழ்வும், இறப்பும் உள்ளது. ஆனால் மக்கள் துயரத்தில் உழல்கிறார்கள்.

அறிவியலின் மாயை

இன்று காலை நான் ஆரஞ்சு சேகரித்து வைக்கும் பெட்டிகளை, நதியில் கழுவிக் கொண்டிருந்தேன். பாறைகளில் நின்று கொண்டிருந்த போது என் கைகளில் குளிரான நதிநீர் தெளித்துக் கொண்டிருந்தது. ஆற்றங்கரையின் ஓரமாக நின்று கொண்டிருந்த மரத்தின் சிவப்பு இலைகள், தெளிவான நீலவானில் எடுப்பாக தெரிந்தது. இந்த அற்புதக் காட்சியில் என் மனதை நான் அப்படியே பறிகொடுத்து விட்டேன்.

இந்த ஆற்றங்கரைக் காட்சியில், அனைத்துலக அனுபவங்களும் காணப்பட்டன. ஓடிய ஆற்றுநீரில் காலத்தின் ஓட்டம், இடது கரை, வலது கரை, சூரிய வெளிச்சம், நிழல்கள், சிவப்பு இலைகள், நீலவானம் ஆகிய அனைத்துமே இயற்கையின் புனிதமான, மௌமான புத்தகத்தின் பக்கங்களுக்குள் தெரிந்தன. இதில் மனிதன் ஒரு சிந்திக்கும், ஒடுங்கிய கோரைப்புல்.

இயற்கை என்றால் எது என்ற கேள்வியை அவன் கேட்கத் துவங்கியதும், 'எது' என்றால் எது என்ற கேள்வியையும் அவன் கேட்க வேண்டும். இப்படியே போனால், முடிவே அற்ற கேள்விக் கணைகள் தான் மிஞ்சும்.

தன்னை ஆச்சரியத்தில் மூழ்கடிப்பதும், தன்னை வியக்க வைப்பதும் எது என்பது குறித்த தெளிவான புரிதலை அடைய அவனுக்கு இரு வழிகள் உள்ளன. ஒன்று "இயற்கை என்பது எது?" என்ற கேள்வியைக் கேட்கும் அவனுள் ஆழமாக ஊடுருவிப் பார்ப்பது.

இரண்டு மனிதனைத் தவிர்த்து, இயற்கையை ஆராய்வது.

முதல் பாதை தத்துவ, மத அரங்கிற்கு இட்டுச் செல்கிறது. நீர் மேலிருந்து கீழ்நோக்கி விழுவதை வெறுமையாகப் பார்த்துக் கொண்டு இருப்பது இயற்கைக்கு மாறான செயல் அல்ல. ஆனால் நீர் நிலையாக இருப்பதாகவும், பாலம் பறந்து கொண்டிருப்பதாகவும் நோக்குவதில் எவ்வித தொடர்பும் இல்லை.

இரண்டாவது பாதையை பின்பற்றினால், அதே காட்சி, நீர், நீரின் வேகம், அலைகள், காற்று, வெண் மேகங்கள் என்று பல்வேறு அம்சங்களாக பிரிக்கப்படுகின்றன. இவை ஒவ்வொன்றும் தனித்தனி யாக ஆராயும் பொருளாக்கப்பட்டு, மேலும் பல கேள்விகள் பல திசை களுக்கும் முடிவுற்று பரவுகின்றன. இதுதான் அறிவியலின் பாதை.

உலகம் முதலில் எளிதாகத்தான் இருந்து வந்தது. புல்வெளிகளின் ஊடே நீங்கள் நடந்து சென்ற போது, பனித்துளிகளின் மீது உராய்ந்ததில் நீங்கள் நனைந்து விட்டதைப் போகிற போக்கில் நீங்கள் கவனித்திருக்க கூடும். ஆனால் அந்த ஒரு பனித்துளியை, அறிவியல் பூர்வமாக ஆராயத் தொடங்கியதும், அவர்கள் முடிவற்ற அறிவாற்றல் என்னும் ஒரு நரகத்திற்குள் சிக்கிக் கொண்டுவிட்டனர்.

தண்ணீர் ஹைட்ரஜன் மற்றும் ஆக்ஸிஜன் அணுக்களால் ஆனது. மக்கள் உலகிலேயே சிறிய துகள்கள் அணுக்கள்தான் என்று முதலில் நினைத்திருந்தனர். பின்னர் அணுவிற்குள் மையக்குரு ஒன்று இருப்பதை கண்டுபிடித்தனர். இப்பொழுது அதற்குள்ளும் நுண்ணிய துகள்கள் பல இருப்பதை அறிந்துள்ளனர். இந்த துகள்களுக்குள்ளும் பல வகையான பிரிவுகள். இந்த நுண் உலகத்தைப் பற்றிய ஆராய்ச்சி எதில் முடியும் என்று ஒருவருக்கும் தெரியவில்லை.

அணுவிற்குள் எலக்ட்ரான்கள், அதி உன்னத வேகத்தில் சுற்றுவது, அண்ட வெளியில் வால் விண்மீன்கள் சுற்றுவதை அப்படியே ஒத்து இருப்பதாக கூறப்படுகிறது. அணுவியற்பியலாளருக்கு நுண்துகள் உலகம், இந்த அண்டத்தை போல பெரியது. ஆனால் அண்டவிய லாளருக்கு, இந்த பேரண்டம் மிகமிகச் சிறிய ஒன்று.

ஒரு தண்ணீர் துளி சாதாரணமானதென்றும், பாறைகள் நிலையானதும், திடமானதுமான ஒன்று என்றும் நினைக்கும் மக்கள் மகிழ்ச்சியான அறியாமை நிறைந்த முட்டாள்கள் என்பதும், அதே தண்ணீர் துளி ஒரு பேரண்டத்திற்குச் சமானம் என்றும், கொதித்துக் கொண்டு கிடக்கும் நுண்துகளாலானத் துடிப்பான உலகம் என்றும் கருதும் அறிவியலறிஞர்கள், படித்த முட்டாள்கள் என்பதும் உண்மை. சாதாரணமாகப் பார்த்தால் இவ்வுலகம் உண்மையானதாகவும், கைக்கு எட்டும் தூரத்திலும் இருக்கிறது. சிக்கலாகப் பார்த்தால், அதே உலகம் பயமுறுத்தக் கூடிய அரூபமாகவும், வெகுதொலைவிலும் தெரிகிறது.

சந்திரனில் இருந்து கற்கள் எடுத்து வரபட்ட போது மகிழ்ச்சியால் துள்ளிக் குதித்த விஞ்ஞானிகள், "நிலா, நிலா ஓடி வா" என்று பாடிக்களிக்கும் குழந்தைகளைவிட, சந்திரனை அதிகமாகப் புரிந்து

கொண்டுவிடவில்லை. பிரபலமான ஹைக்கூ கவிஞரான பாஷோவிற்கு தடாகத்தின் தெள்ளிய நீரில் பிரதிபலிக்கும் முழு நிலவின் பிம்பத்தைப் பார்த்து, இயற்கையின் விந்தையை வியக்க முடிந்தது. அறிவியலறிஞர்கள் விண்ணில் சென்று சந்திரனில் குதித்து தங்களது காலடித் தடங்களைப் பதித்ததின் மூலம் சாதித்ததெல்லாம், பூமியிலுள்ள லட்சக்கணக்கான குழந்தைகள் மற்றும் காதலருடைய சந்திரனின் பிரகாசத்தில் களங்கம் விளைவித்ததுதான்.

அறிவியல் மனித இனத்திற்கு நன்மை விளைவிக்கக்கூடியது என்று எப்படி மக்கள் நினைக்கிறார்கள்?

முதலில் தானியங்கள் இந்தக்கிராமத்தில், கல் உரலில் திரித்து மாவாக்கப்பட்டன. பின்னர் நீராலை இயந்திரம் வந்தது. நதியின் குறுக்கே அணைகட்டி, மின்நிலையம் உருவாக்கப்பட்டதும், மின் சக்தியால் இயங்கும் எந்திர ஆலையில் அரிசி குத்தப்பட்டது. அதனால் இருந்த தவிடு, உமி ஆகியவைபோய் சத்தற்ற வெறும் எந்திரக் குத்தல் அரிசி புழக்கத்திற்கு வந்தது. மனித வயிறு செய்ய வேண்டிய வேலைகளையெல்லாம் எந்திர ஆலை செய்துவிடுவதால், இந்த உறுப்புகள் சோம்பேறிகளாகிவிட்டன.

எரிபொருளைப் பொறுத்த வரையும் இதே கதைதான். பழமை யான தாவரங்கள், பூமியின் வெப்பத்திலும், அழுத்தத்திலும் மாற்றப் பட்டு தூய்மையாக்கப்படாத எண்ணை உருவாகிறது. அது பாலைவனப்பகுதியின் அடியே இருந்து தோண்டி எடுக்கப்பட்டு, துறைமுகத்திற்குக் குழாய்கள் வழியே அனுப்பப்படுகிறது. பின்னர் அது கப்பல்கள் மூலம் ஜப்பான் வருகிறது. இங்கு இது பெரும் ஆலையில் தூய்மையாக்கப்பட்டு, மண்ணெண்ணையாகவும் பிற எண்ணைகளாகவும் பிரிக்கப்படுகிறது.

எது எளிதான, இலகுவான வழியென்று உங்களுக்குத் தெரிகிறது? இந்த மண்ணெண்ணையை எரிப்பதா? இல்லை பைன் அல்லது தேவதாரு மரங்களின் சுள்ளிகளை எரிப்பதா? இரண்டு எரி பொருட்களுமே ஒரே தாவரப் பொருளில் இருந்து தான் வருகின்றன. இங்கு வருவதற்கு, மண்ணெண்ணை ஒரு நீண்ட வழியைத் தேர்ந்தெடுத்துள்ளது, அவ்வளவுதான்.

இப்பொழுது புதைபடிவ எரிபொருட்கள் வெகுநாட்களுக்கு கிடைக்காது. அதனால் நாம் அணுசக்தியை உருவாக்க வேண்டும் என்று கூறுகின்றனர். அரிதான யுரேனியத்தைத் தேடி அதை கதிரியக்க எரிபொருளாக அழுத்தி, பெரிய அணுஉலையில் எரித்து

அணுசக்தி உருவாக்கப்படுகிறது. இது காய்ந்த இலைச் சருகுகளை பொறுக்கி, தீக்குச்சியால் பற்றவைப்பதை விட சுலபமானதா? மேலும் காய்ந்த சருகுகள் வெறும் சாம்பலைத்தான் உண்டாக்குகின்றன. ஆனால் அணு உலை உண்டாக்கும் அணுக்கழிவுகள் கடுமையான கதிரியக்கம் கொண்டவை. அவை பல ஆயிரம் ஆண்டுகளுக்கு ஆபத்தானவையாகவே இருந்து கொண்டு இருக்கும்.

இது வேளாண்மைக்கும் பொருந்தும். ஒரு மென்மையான தடித்த நெற்பயிரை, நீர்த்தேக்கி வைத்திருக்கும் வயல்களில் வளர்த்தால் அதை நோயும், பூச்சிகளும் எளிதில் தாக்கும். “உயர்ரக” விதைகளை விதைத்தால் கண்டிப்பாக உரங்களும், பூச்சிக்கொல்லிகளும் தேவை.

மாறாக, ஆரோக்கியமான சுற்றுச்சூழலில் சிறிய, வலுவான பயிர்களை வளர்த்தால் இந்த வேதிப்பொருட்கள் தேவைப்படாது.

தண்ணீர் வெள்ளமாக கட்டிநிற்கும் வயலில் உழுதால், அம்மண்ணில் ஆக்ஸிஜன் சத்துக்குறைந்து, அதன் மண் அமைப்பு நாசமாகி விடுகிறது. மண் புழுக்களும், இதர நுண்ணுயிர்களும் அழிக்கப்பட்டு விடுகின்றன. பூமி கடினமாகவும், உயிரற்றதாகவும் ஆகிவிடுகிறது. இது நடைபெற்றதும், ஒவ்வொரு ஆண்டும் உழுதல் கண்டிப்பாகத் தேவையாகிவிடுகிறது.

பூமி இயற்கையாக தன்னைத் தானே உழுது கொள்ளும் முறை பின்பற்றப்பட்டால், உழும் எந்திரம் தேவையில்லை.

உயிர்த்துடிப்பாக இருந்த மண்ணில் உள்ள நுண்ணுயிர்களும் கரிமச்சத்துக்களும் அழிக்கப்பட்ட பிறகு, வேதியல் உரங்களின் தேவை தவிர்க்க இயலாததாகிவிடுகிறது. அவற்றினால், நெற்பயிர் வேகமாக வளர்வதோடு, களைகளும் அதிகரிக்கின்றன. களைக்கொல்லிகளின் தேவை உணரப்படுகிறது.

ஆனால் தீவனப்பயிரை பயிருடன் விதைத்து, வைக்கோல் பரப்பினால், வேதியல் உரங்கள், களைக்கொல்லிகள், பூச்சிக் கொல்லிகள் இல்லாமலேயே பயிர் சாகுபடி செய்ய முடியும்.

வேளாண்மையில் தேவையற்றவை பல உள்ளன. அதை ஒதுக்கி தள்ளிவிடலாம். செயற்கை உரங்கள், பூச்சிக்கொல்லிகள், களைக் கொல்லிகள், எந்திரங்கள் ஆகிய அனைத்தும் தேவையற்றவையே. அவை தேவைப்படக்கூடிய ஒரு சூழல் உருவாக்கப்பட்டால், அறிவியலின் சக்தி தேவைப்படும்.

என் பண்ணையில், இயற்கை வேளாண்மை முறை மூலம், நவீன அறிவியல் வேளாண்மைக்கு ஈடான மகசூலை உண்டாக்க முடியும் என்பதை நிரூபித்துள்ளேன். அறிவியல் வேளாண்மையில் உள்ள உழைப்பு மற்றும் மூலதனத்தில் ஒரு சிறுபங்கை மட்டுமே கொண்டு, இயற்கை வேளாண்மையை அதே தரத்திற்கு செய்ய முடியும் என்றால், அறிவியல் தொழில் நுட்பத்தின் பயன் எங்கே இருக்கிறது?

சார்புக் கொள்கை

அந்த இளவேனிற்கால சூரியன் வானில் பிரகாசித்துக் கொண்டிருந்தான். நான் என் பண்ணையைச் சுற்றியுள்ள வயல் வெளிகளைப் பார்த்துக் கொண்டிருந்தேன். என் பண்ணையைத்தவிர மற்றெல்லா இடங்களிலும் எந்திரங்களின் மூலமே அறுவடை நடைபெற்றுக் கொண்டிருந்தது. கடந்த மூன்று ஆண்டுகளில் இந்த கிராமம்தான் எவ்வளவு உருமாறிவிட்டது.

நீங்கள் எதிர்பார்ப்பதுபோலவே, என் பண்ணையில் உள்ள இளைஞர்கள் அதைக்கண்டு பொறாமைப்படவில்லை. பழைய கதிர் அரிவாளைக் கொண்டு அமைதியாகச் செய்யும் அறுவடையை அவர்கள் ரசித்தனர்.

அன்று இரவு உணவிற்குப் பின்பு நாங்கள் பேசிக் கொண்டிருந்த போது நான் கடந்த காலத்தை நினைவு கூர்ந்தேன். அப்பொழுது அனைத்து விவசாயிகளும் கைகளால் நிலத்தைக் கொத்திக்கொண்டு இருந்தபோது, ஒருவன் மாடு வாங்கி அதைக் கொண்டு உழுதான். அது எவ்வளவு எளிய சிறந்த வழியென்று பெருமை பேசித்திரிந்தான். காலப்போக்கில் டிராக்டர்கள் வந்தவுடன் கிராமவாசிகளுக்குள், எந்திரம் நல்லதா, மாடு நல்லதா என்று ஒரு பெரிய விவாதமே நடந்தது. இரண்டு மூன்று ஆண்டுகளில் டிராக்டரால் உழுவதே வேகமானது என்பது புரிந்துவிட்டது. எதைப்பற்றியும் கவலைப் படாமல் மக்கள் மாடுகளைப் புறக்கணித்துவிட்டனர். அடுத்த வயல் விவசாயியை விட விரைவாக வேலையை முடிக்க வேண்டும் என்பதுதான் மந்திரமாக இருந்தது.

நவீன வேளாண்மையின் வேகம் மற்றும் தரம் பற்றிய சமன்பாட்டில் தான் ஒரு காரணியாக மாறிவிட்டதை, விவசாயி உணரவில்லை. வேளாண்மை எந்திர விற்பனையாளன், அனைத்துக் கணக்குகளையும் தனக்குப் பதிலாக போட, அவன் அனுமதித்து விட்டான்.

பழங்காலத்தில், மக்கள் விண்மீன்கள் நிறைந்து வழியும் இரவு வானத்தைப் பார்த்து, அண்டத்தின் எல்லையற்ற தன்மையைக் கண்டு

பெருவியப்படைவது வழக்கம். ஆனால், இன்று காலம் மற்றும் விண்வெளி பற்றிய கேள்விகள் ஒட்டுமொத்தமாக அறிவியலறிஞர்களிடமே விட்டுவிடப்பட்டன.

ஐன்ஸ்டினுக்கு இயற்பியலில் நோபல் பரிசு, அவரது சார்பு நிலைக் கோட்பாட்டின் புரிந்து கொள்ளமுடியாத தன்மையை மதித்து கொடுக்கப்பட்டதாக கூறப்படுவதுண்டு. ஐன்ஸ்டீன் சார்பு நிலை பற்றி அவரது கோட்பாட்டைத் தெளிவாக விளக்கி அதன் மூலம் காலம் மற்றும் விண்வெளியின் எல்லைகளின் கட்டுப்பாட்டில் இருந்து மனித குலத்தை விடுவித்து, ஒரு அமைதியான, அற்புதமான உலகத்திற்கு வழிகோலியிருந்திருப்பாரேயானால் அது மிகச்சிறப்பாக இருந்திருக்கும். அவரது விளக்கமோ குழம்பச் செய்வதாகத்தான் இருந்தது. அது இந்த உலகம் சிக்கல் நிறைந்த ஒன்று என்றும், அதைப் புரிந்து கொள்வது இயலாத காரியம் என்றும் மக்கள் சிந்திக்க அடிகோலியது. ‘மனித உத்வேகத்தின் அமைதியைக் குலைத்ததற்கான’ பதக்கம் அவருக்கு வழங்கியிருக்க வேண்டும்.

இயற்கையில், சார்பு நிலை உலகமே கிடையாது. சார்புக் கோட்பாடு என்ற அமைப்பு மனித அறிவாற்றலின் அனுபவம்தான். ஐக்கியமான மெய்மை என்னவெனில் உலகில் இதர விலங்குகள் வாழ்ந்து வருகின்றன. ஒருவன் அறிவாற்றலின் சார்பு நிலை உலகில் எவ்வளவு தூரம் வாழ்ந்து வருகிறானோ அவ்வளவிற்கு நேரம் பற்றிய பார்வையை அவன் இழக்கிறான்.

“நான் ஏன் எப்போதும் இந்த அறிவியலறிஞர்களைச் சாடுவதையே வழக்கமாகக் கொண்டிருக்கிறேன் என்று நீங்கள் வியப்படையலாம்” என்று கேட்டுவிட்டு தேனீரைச் சுவைத்தேன். அந்த இளைஞர்கள் நிமிர்ந்து பார்த்து புன்முறுவல் பூத்தனர். நெருப்பின் வெளிச்சத்தில் அவர்களுடைய முகங்கள் பிரகாசமாகத் தெரிந்தன. நான் தொடர்ந்தேன், “இது ஏனென்றால், சமுதாயத்தில் அறிவியலறிஞர்களின் பங்கு, உங்களது மனங்களில் கூரறிவு வகிக்கும் பாத்திரத்தை ஒத்தது.”

போரும் அமைதியுமற்ற ஒரு கிராமம்

ஒரு பாம்பு, ஒரு தவளையை வாயில் பற்றிக்கொண்டு, புற்களின் ஊடாக விரைகிறது. ஒரு சிறு பெண் அலறுகிறாள். ஒரு தைரியமான சிறுவன் பயத்தை உதறிக்கொண்டு முன்னால் வந்து, ஒரு கல்லைத் தூக்கி எறிகிறான். மற்றவர்கள் சிரிக்கிறார்கள். கல்லை எறிந்த அச்சிறுவனை நோக்கி நான் கேட்டேன், "அது எதைச் சாதிக்கப் போகிறது என்று நீ நினைத்தாய்?"

பருந்து பாம்பை வேட்டையாடுகிறது. பருந்தை ஓநாய் தாக்குகிறது. மனிதன் ஓநாயைக் கொல்கிறான். காசநோய் வைரஸின் தாக்குதலுக்கு அவன் பலியாகிறான். மனித உடலின் எச்சத்தை பாக்டீரியா உண்கிறது. அப்பாக்டீரியா உற்பத்தி செய்யும் சத்துக்களை பிற விலங்கினங்கள், மரம் மற்றும் புற்கள் சார்ந்திருக் கின்றன. பூச்சிகள் மரத்தை தாக்குகின்றன. அப்பூச்சிகளைச் சாப்பிடுகிறது தவளை.

விலங்குகள், தாவரங்கள், நுண்ணுயிர்கள் போன்றவை, இந்த வாழ்க்கைச் சுழற்சி வட்டத்தின் பங்காளிகள். சரியான சமநிலை நிலவும்போது, அவை இயற்கையாக ஒழுங்குபடுத்தப்பட்ட வாழ்க்கையை வாழ்கின்றன. மக்கள் இவ்வுலகை, வலியவன் எளியவனை விழுங்கும் ஒன்றாகவோ, சக நன்மைக்கான சக வாழ்வு என்றோ நோக்க விரும்புகின்றனர். இரண்டு வழிகளுமே குழப்பத்தையும், ஒழுங்கீனத்தையும் தோற்றுவிக்கும் தன்னிச்சையான விளக்கத் திரிபுகளே.

சிறுவன் அந்தத் தவளைக்காக இரக்கப்படுகிறான். அதன் இறப்பிற்காக வருத்தப்படுகிறான். பாம்பை இகழ்கிறான். இந்த உணர்வு இயல்பாகக் கருதப்பட்டாலும், அது தான் உண்மையா?

ஒரு இளைஞன் கூறினான் : "வலியவனுக்கும் எளியவனுக்குமான ஒரு போட்டியாக வாழ்க்கையைப் பார்த்தால், பூமியெங்கும் அழிவும் நாசமும்தான் தாண்டவமாடும். ஆனால், எளியவனை இதில் வலியவன் வாழ்வதற்காகப் பலியிடுவது தவிர்க்க இயலாததாகும்.

வலியவன் வெற்றி பெற்று தொடர்ந்து வாழ்வதும், எளியவன் தோல்வியடைந்து மடிந்துபோவதும் இயற்கையின் இயல்பு. பல இலட்சக்கணக்கான ஆண்டுகளுக்கு பிறகு இன்றுள்ள உயிரினங்கள் வாழ்வின் போராட்டத்தில் வெற்றி பெற்று வசித்து வருகின்றன. வலியவனே வாழ்வான் என்பது இயற்கையின் அருட்செயல்".

இரண்டாவது இளைஞன் கூறினான் : "வெற்றி பெற்றவர்களுக்கு அது இப்படித்தான் தோன்றும். அது போகட்டும். நான் இவ்வுலகைப் பார்ப்பது சக நன்மைக்கான சக வாழ்வு வாழும் ஒரு இடமாகத்தான். இவ்வயலில் உள்ள பயிர்களின் காலடியில் தீவனப்பயிரும், எண்ணற்ற வகைப்புற்களும் களைகளும் ஒன்றுக்கு ஒன்று நன்மை அளிக்கும் வகையில் வாழ்கின்றன. அதேபோல பூச்சிகளும், மரங்களும், தாவரங்களும் வாழ்ந்து வருகின்றன. காட்டுமரங்களின் நிழல்களில் பரணிச்செடி வளர்கிறது. பறவைகள், தவளைகள், தாவரங்கள், பூச்சிகள், பாக்டீரியாக்கள் போன்ற சகலமும், தங்களது பங்கைச் சிறப்பாக ஆற்றி ஒன்றின் இருத்தல், மற்றதின் நன்மைக்கு உதவும் விதத்தில் வாழ்ந்து வருகின்றன."

மூன்றாவமவன் கூறினான் : "இந்த உலகம் வலியவன் வாழும் இடமாக இருப்பதோடு, சகவாழ்விற்கான ஒன்றாகவும் விளக்குகிறது". வலிய உயிரினங்கள் தங்கள் தேவைக்குமேல் உணவை எடுத்துக் கொள்வதில்லை. அவை மற்றவற்றைத் தாக்கினாலும், ஒட்டுமொத்த சமநிலை பாதிப்படைவதில்லை. இயற்கையின் அருட்செயல் இரும்புக்கரங்களோடு செயல்பட்டு, இவ்வுலகில் அமைதியையும், ஒழுங்கையும் பராமரிக்கிறது."

மூவருக்கும் மூன்று நோக்கங்கள். நான் இந்த மூன்றையுமே நிராகரிக்கிறேன்.

இந்த உலகம் தான், போட்டி அல்லது கூட்டுறவு ஆகிய ஏதாவது ஒன்றின் விதிகளின் மீது அமைந்துள்ளதா என்று ஒரு போதும் கேட்பதில்லை. மனித அறிவாற்றலின் சார்புநிலைக் கண்ணோட்டத்தில் நோக்கப்படும்போதுதான் வலியவனும், எளியவனும் தெரிகிறான், பெரிதும் சிறியதும் புலப்படுகிறது.

இத்தகைய பார்வைகள் பலவும் நிலவுவதை மறுப்பதற்கில்லை. இத்தகைய மனிதக் கண்ணோட்டமே தவறு என்று ஒதுக்கிவிட்டால், மனித மதிப்புகளும், கணிப்புகளும் ஒரேயடியாக நொறுங்கி சரிந்துவிடும்.

கற்பனையின் வெற்றுக்கூடாக இவ்வுலகைப் பார்ப்பது சரியானதுதானா? நடைமுறையில், பெரிய நாடுகளும் சிறிய நாடுகளும் இருக்கின்றன. வறுமையும், வளமையும், வலிமையும், நலமின்மையும், இருக்கும்போது அங்கு தகராறு இருப்பதை தவிர்க்க முடியாது. அதன் விளைவாக வெற்றி பெற்றவர்களும் தோல்வியடைந்தவர்களும் உருவாவர். இத்தகைய சார்புநிலைக் கண்ணோட்டங்களும் அதன் பின் விளைவுகளும், மனித குணநலமாக இருப்பதால் அது இயல்பானதென்று கூறமுடியுமா?

மற்ற விலங்குகள் சண்டையிட்டு கொள்ளும், ஆனால் போரிடாது. போரிடுவது, வலியவன் எளியவன் கருத்துக்களோடு ஒத்துப்போகிறது. அது மனிதகுலத்தின் "முன்னுரிமை" என்று நீங்கள் கூறினீர்கள் எனில், வாழ்க்கை ஒரு கேலிக்கூத்து. இந்தக் கேலிக்கூத்தை அறியாமல் இருப்பது கோமாளிக்கூத்து. அங்குதான் மனித இனத்தின் சோகம் துண்டு விரித்து படுத்துக் கிடக்கிறது.

இந்த உலகிலுள்ள வேறுபாடுகளாலும், முரண்பாடுகளாலும் பாதிக்கப்படாமல் அமைதியாக வாழ்பவர்கள் குழந்தைகள் மட்டும் தான். வெளிச்சம், இருட்டு, வலிமை, நலமின்மை ஆகியவற்றை அவர்கள் உள்வாங்கிக் கொண்டாலும், அதை மதிப்பீடு செய்வ தில்லை. வாழ்வின் ஆதார மகிழ்ச்சி அவர்களிடம்தான் இருக்கிறது.

வளர்ந்த மனிதனின் உள்ளே தோன்றும் அன்பும் வெறுப்பும் வெவ்வேறானவை அல்ல. ஒன்றையே முன்னால் இருந்தும், பின்னால் இருந்தும் பார்ப்பது. வெறுப்பிற்கான விஷயத்தை அன்பு கொடுக்கிறது. ஒரு முழுமையான உலகில்தான் இந்த இரட்டை மனோபாவத்தை தவிர்க்க முடியும்.

மக்கள் 'அகம்', 'புறம்' இரண்டையும் வேறுபடுத்திப் பார்க்கின்றனர். தன்முனைப்பு இருக்கும்வரை, புறம் இருக்கும்வரை மக்கள் அன்பு மற்றும் வெறுப்பிலிருந்து விடபடமாட்டார்கள். தன்முனைப்பை விரும்பும் மனம் எதிரி மீதான வெறுப்பை ஏற்படுத்துகிறது. மனித இனத்தின் முதல் மோசமான எதிரி அகம்தான். ஆனால் மக்கள் அதைத்தான் கொண்டாடுகின்றனர்.

மக்கள் தாக்குவது அல்லது தற்காத்து கொள்வது ஆகிய இரண்டில் ஒன்றைத் தேர்ந்தெடுத்துக் கொள்கின்றனர். அதன் விளைவாக ஏற்படும் போராட்டத்திற்கு மற்றவரே காரணம் என்று மோதிக் கொள்கின்றனர். இது கைகளைத்தட்டி ஓசை உண்டாக்கிவிட்டு, ஓசையை உண்டாக்கியது வலது கையா, இடது கையா என்று

கேட்பதை போன்று இருக்கிறது.

ஒரு கோட்டையை நிர்மானிப்பது என்பதே முதலில் தவறான தாகும். இது நகரைப் பாதுகாக்கவே என்று ஒரு நொண்டிச் சாக்கு கூறப்பட்டாலும், அது ஆளுபவனின் ஆளுமையின் வெளிப்பாடு. தற்காப்பு என்ற காரணத்தைச் சொல்லி அவன் பலவகையான ஆயுதங்களையும் குவித்து விடுகிறான்.

தற்காப்பு செயலே ஒருவகையில் தாக்குதலாக விளங்குகிறது. போரைத் துவங்க தற்காப்பு என்பது ஒரு சாக்கு. அகம்/புறம், வலிமை/ பலகீனம், தாக்குதல் / தற்காப்பு போன்ற வெற்று வேற்றுமைகளின் பெரிதுபடுத்தப்பட்ட வடிவம்தான் போரின் நாசத்தை தோற்று விக்கின்றது.

சார்புநிலைக் கண்ணோட்ட கோட்டையில் இருந்து புறப்பட்டு, மக்கள் சமவெளிக்கு இறங்கிவந்து, இயற்கையின் இதயத்திற்கு அருகே ஓய்வெடுப்பது ஒன்றுதான் அமைதிக்கான ஒரே வழி. வாளைத் தீட்டுவதை விடுத்து கதிர் அரிவாளைத் தீட்டு.

முன்பு விவசாயிகள் அமைதியான மக்களாக இருந்தார்கள். இன்று அவர்கள் இறைச்சிக்காக ஆஸ்திரேலியாவுடனும், மீனுக்காக ரஷியாவுடன் சண்டையிடுகின்றனர். அமெரிக்க கோதுமை, மற்றும் சோயாபீன்சுக்கு அடிமையாகி உள்ளனர்.

நாம் இப்பொழுது ஜப்பானில் ஒரு பெரிய மரத்தின் அடியில் வாழ்க்கை நடத்துவது போல உணர்கிறேன். ஆனால் புயலின் போது, பெரிய மரத்தின் அடியில் இருப்பதுபோல ஆபத்தான செயல் எதுவும் கிடையாது. இதைவிட மடத்தனமான செயல் 'அணுக்குடை'யின் கீழ் அடைக்கலம் தேடுவது. அடுத்தபோரின் இலக்கு நிச்சயமாக அதுதான். அந்த கரிய குடையின் கீழ் தான் நாம் இன்று பூமியை உழுது கொண்டிருக்கிறோம். ஒரு மாபெரும் நெருக்கடி உள்ளிருந்தும் வெளியிலிருந்தும் நெருங்கிக் கொண்டிருப்பதாக நான் உணர்கிறேன்.

உள் மற்றும் வெளியின் அனைத்து குணங்களையும் உதறி எறியுங்கள். உலகில் உள்ள அனைத்து விவசாயிகளும் அடிப்படையில் ஒரே மாதிரியானவர்கள்தான். அமைதிக்கான திறவுகோல் பூமிக்கு மிக நெருக்கமாக இருக்கிறது என்று நாம் கூறுவோம்.

ஒற்றை வைக்கோல் புரட்சி

இந்த மலைக்குடிலுக்கு வரும் இளைஞர்களுக்கு நடுவே, உடலாலும், மனதாலும் சோர்ந்து போன, அனைத்திலும் நம்பிக்கை இழந்த சிலரும் வருவதுண்டு. அவர்களுக்கு ஒரு சோடிக் காலணிகள் கூட வாங்கித் தருவதற்கு சக்தியற்ற இந்த வயதான விவசாயிடம் அவர்களுக்கு கொடுப்பதற்கு ஒன்றே ஒன்றுதான் உள்ளது.

ஒரே ஒரு வைக்கோல்!

நான் என் குடிலில் முன்னால் இருந்த வைக்கோலில் சிலவற்றை கைகளால் எடுத்துக் கூறினேன், "இந்த ஒற்றை வைக்கோலில் இருந்து ஒரு புரட்சியைத் தொடங்கலாம்."

ஒருவித கசப்புணர்வுடன் ஒரு இளைஞன் கேட்டான், "மனித இனத்தின் அழிவு முகத்திற்கு எதிரே ஊசலாடிக் கொண்டிருக்கும் போது, உங்களால், இந்த ஒற்றை வைக்கோல் மீது நம்பிக்கை வைக்க முடிகிறதா?"

இந்த வைக்கோல் சிறியதாகவும், இலகுவாகவும் தெரிகிறது. இது எவ்வளவு கனமுடையதாக இருக்கும், என்பதுகூட பலருக்கு தெரியாது. இந்த ஒற்றை வைக்கோலின் உண்மையான மதிப்பை மக்கள் அறிந்து கொண்டால், இந்த நாட்டையே, ஏன் இந்த உலகையே உலுக்கி விடக்கூடிய ஒரு மனிதப் புரட்சியே உருவாகும்.

நான் சிறுவனாக இருந்தபோது, என் வீட்டருகே ஒரு மனிதன் வாழ்ந்து வந்தான். அவனது வேலையெல்லாம், மலைமேல் இருந்து, துறைமுகம் வரை உள்ள இரண்டு மைல் சாலையில், கரியை குதிரை முதுகின் மீது ஏற்றி கொண்டு செல்வதுதான். ஆனாலும் அவன் செல்வந்தனாகி விட்டான். அது எப்படி நிகழ்ந்தது என்று கேட்டால், அவன் திரும்பி வரும்போது, வழியில் கிடக்கும் வைக்கோல், குதிரை லாடம், மற்றும் சாலையோர இலைதழைக் குப்பைகளைப் பொறுக்கி வந்து அதை வயலில் போட்டக் காரணத்தினால் தான் என்று மக்கள் கூறுவார்கள். அவனது குறிக்கோள் : "ஒவ்வொரு வைக்கோலையும் முக்கியமாக கருது தேவையற்று ஒரு அடிகூட நடக்காதே." அது

அவனை செல்வந்தனாக்கியது.

"அந்த ஒற்றை வைக்கோலை எரித்தால் கூட அது ஒரு புரட்சியைத் தூண்டிவிடாது."

ஒரு குளுமையான காற்று ஆரஞ்சு பழத்தோட்டத்தை வருடிச் சென்றது. பசுமையான இலைகளின் ஊடாக சூரிய வெளிச்சம் எட்டிப்பார்த்தது. நெல் வளர்ப்பில் வைக்கோலைப் பயன் படுத்துவதைப் பற்றி நான் கூறலானேன்.

நெல் மற்றும் பார்லி வளர்ப்பில் வைக்கோலப் பயன்படுத்துதல் எவ்வளவு முக்கியமானது என்பதை நான் உணர்ந்து நாற்பது ஆண்டு கள் இருக்கும். அப்போது ஒருநாள் நான் பலஆண்டுகளாக உபயோகப்படுத்தாமல் இருந்த ஒரு வயல் வழியே சென்று கொண்டிருந்தேன். அங்கு ஒரு ஆரோக்கியமான, இளம் நெற்பயிர் ஒன்று களைகள் மற்றும் வைக்கோலின் ஊடாக முளைவிட்டிருந்ததைக் கண்டேன். அதன் விளைவுகள் பற்றி பல ஆண்டுகள் ஆராய்ந்து, கடைசியாக புதிய முறையைக் கண்டுபிடித்தேன்.

இந்த முறை இயற்கையானதும், புரட்சிகரமானதாகவும் இருந்தது என்று எண்ணி அதைப்பற்றி பல புத்தகங்களிலும், பத்தரிகைகளிலும் எழுதினேன். தொலைக்காட்சி மற்றும் வானொலியில் அதைப்பற்றி பேசினேன்.

இது ஒரு எளிய செயல்தான். ஆனால் வைக்கோலை எப்படி பயன்படுத்த வேண்டும் என்பதில் அவர்கள் உறுதியாக இருந்தனர். அவர்களது சிந்தனையோட்டத்தை மாற்றுவது எளிதல்ல. புதிய வைக்கோலை வயலில் பரப்புவது ஆபத்தானது. ஏனெனில் அவற்றில் சில நோய்க்கிருமிகள் ஒட்டிக் கொண்டிருக்கும். இது பல ஆண்டுகளாகப் பெரும் அழிவை ஏற்படுத்தியிருப்பதாக விவசாயிகள் அதை அப்படியே வயலில் போடாமல், அதை தழையுரமாக மாற்றி போட்டு வந்தனர். வைக்கோலைக் கவனமாக வெளியேற்றுவது என்பது நோய்களுக்கு எதிரான ஒரு நடவடிக்கையாக ஒரு சமயம் இருந்து வந்தது. வைக்கோலை முழுவதுமாக எரித்துவிட வேண்டும் என்ற சட்டம் ஒரு சமயம் இயற்றப்பட்டது.

சில கிருமிகள் குளிர்காலத்தைக் கழிக்க, வைக்கோலில் தஞ்சமடைவது உண்டு. இதைத்தடுக்க, குளிர்காலம் முழுவதும் வைக்கோலை, தழையுரமாக மாற்றுவதில் விவசாயிகள் செலவிடுவது உண்டு. அதனால்தான் ஜப்பானிய விவசாயிகள் தங்கள் வயல்களை

எப்போதும் சுத்தமாகவும், அழகாகவும் வைத்திருப்பர். வைக்கோலை இறைத்து வைத்திருக்கும் விவசாயியைக் கடவுள் தண்டிப்பான் என்ற நம்பிக்கையும் பரவலாக உண்டு.

விதைப்பதற்கு ஆறுமாதங்களுக்கு முன்பு வயலில் வைக்கோலைப் பரப்புவது முழுவதும் பாதுகாப்பானதே என்று தொழில்நுட்ப வல்லுநர்கள், பல ஆண்டு ஆய்வுகளுக்குப் பின்பு உறுதி செய்துள்ளனர். இதற்கு முன்பு இது குறித்து இருந்த அனைத்து கருத்துகளையும் இது ஒதுக்கி வைத்துவிட்டது. இப்படி வைக்கோலைப் பயன்படுத்த விவசாயிகள் முன்வர சிறிது காலமாகும்.

பல நூற்றாண்டுகளாக, விவசாயிகள் தழையுரத்தின் உற்பத்தியைப் பெருக்க முயன்று வந்துள்ளனர். தழையுர உற்பத்தியைப் பெருக்குவதற்காக, வேளாண்மை அமைச்சகம் ஊக்கத்தொகை கொடுப்பது வழக்கம். தழையுரப் போட்டி கண்காட்சிகள் ஆண்டு தோறும் நடைபெறுவதுண்டு. மண்ணைப் பாதுகாக்கும் தேவதை போல தழையுரத்தை விவசாயிகள் கருதத் தொடங்கினர். இப் பொழுது மீண்டும் அதிக தழையுரம், சிறந்த தழையுரம், மண்புழுக்கள் அடங்கிய தழையுரம் போன்ற முழக்கங்கள் வெடித்துள்ளன. தழையுரத்தைத் தனியாக தயாரிக்கத் தேவையில்லை, வைக்கோலை அப்படியே போட்டுவிட்டால் போதும் என்ற என் பரிந்துரை இங்கு எடுபடும் என்று எதிர்பார்ப்பது பயனற்றது.

டோக்கியோ வரை ரயிலில் போகும்போது, ஜப்பானிய கிராமப் புறம் எப்படி மாறுதல் அடைந்துள்ளது என்பதை நான் ஜன்னல் வழியே பார்த்துக் கொண்டே சென்றேன். குளிர்கால வயல்களில் ஏற்பட்டி ருந்த மாற்றத்தைக் கண்டபோது, நான் அடைந்த கோபத்தை என்னால் விவரிக்க முடியாது. பழைய பசுமையான பார்லி வயல்கள், சீனத்தீவனப்பயிர்கள் ஆகியவற்றைக் காணவே காணோம். இதற்குப் பதிலாக, பாதி எரிக்கப்பட்ட வைக்கோல்கள் குவிக்கப்பட்டு, மழை யில் ஊறிக்கொண்டிருந்தது. இந்த வைக்கோல் ஒதுக்கித் தள்ளப் படுவது, நவீன வேளாண்மையின் ஒழுங்கீனத்தின் சான்றாக விளங்கு கிறது. இந்த வயல்களின் தரிசுக்காட்சி, விவசாயியின் மனநிலையின் உயிரற்றத் தன்மையைக் காட்டுகிறது. அரசியல் தலைவர்களின் பொறுப்பற்ற தன்மையையும், சரியான வேளாண்மைக் கொள்கை இல்லாமல் இருப்பதையும் இது தெளிவாகச் சுட்டிக்காட்டுகிறது.

மாரிக்கால பயிரின் கருணைக்கொலை பற்றி பல ஆண்டுகளுக்கு முன்பு பேசிய மனிதன், இந்த வெறுமையான வயல்வெளிகளை

இப்போது பார்க்கும் போது என்ன நினைப்பான்? ஜப்பானிய குளிர்கால வெற்று நிலங்களை இனியும் என்னால் பொறுமையாகப் பார்த்துக் கொண்டிருக்க முடியாது. இந்த ஒற்றை வைக்கோலுடன் நான், ஒரு புரட்சியைத் தொடங்குவேன்.

இதுவரை அமைதியாகக் கேட்டுக் கொண்டிருந்த இளைஞர்கள் நகைக்கத் துவங்கினர்.

"ஒரு தனி மனிதப் புரட்சி! நாளையே நாம் ஒரு மூட்டை நிறைய நெல், தீவனப்பயிர், பார்லி ஆகியவற்றை சுமந்து கொண்டு கிளம்புவோம். டோகாய்டோ பகுதி முழுவதும் விதைப்போம்."

"அது தனி மனிதப்புரட்சி அல்ல" நான் சிரித்தேன், "இது ஒற்றை வைக்கோல் புரட்சி."

நான் எனது குடிலின் வெளிப்புறம் வந்து மாலை வெயிலை உற்று நோக்கினேன். ஒரு நிமிடம் அப்படியே நின்றுவிட்டு, சுற்றிக் காய்த்துக் குலுங்கும் பழத்தோட்டத்தை ஒரு முறை நோட்டமிட்டேன். களைகளுக்கும் புற்களுக்கும் இடையே கோழிகள் கிளறிக் கொண்டிருந்தன. பிறகு நான் என் வழக்கமான முறையில் வயல்களை நோக்கி இறங்கினேன்.

முற்றும்